அப்பாவின் வேஷ்டி

பிரபஞ்சன்

டிஸ்கவரி பப்ளிகேஷன்ஸ்
எண்: 9, பிளாட் எண்: 1080A, ரோஹிணி பிளாட்ஸ்
முனுசாமி சாலை, கே.கே.நகர் மேற்கு,
சென்னை - 600 078. பேச: 99404 46650

வெளியீட்டு எண்: 0124

அப்பாவின் வேஷ்டி (சிறுகதைகள்)

ஆசிரியர்: **பிரபஞ்சன்**

பிரபஞ்சன் அறக்கட்டளை©

APPAAVIN VESHTI

Author: **Prapanchan** ©

Discovery 1st Edition : Sep - 2023

160 Pages

Print in India

ISBN: 978-93-91994-81-5

Rs.220

Publisher • Sales Rights

Discovery Publications
No. 9, Plot,1080A, Rohini Flats,
Munusamy Salai,
K.K.Nagar West, Chennai - 78.
Tamilnadu, India.
Mobile: +91 99404 46650

Discovery Book Palace (P) Ltd
No. 1055-B, Munusamy Salai,
K.K.Nagar West,
Chennai-600 078.
Ph: (044) 4855 7525
Mobile: +91 87545 07070

discoverybookpalace@gmail.com / www.discoverybookpalace.com

இந்த நூலில் பிரசுரமாகியுள்ள எந்த ஒரு பகுதியையும் எழுத்துபூர்வமான முன்அனுமதி பெறாமல் எடுத்தாள்வதோ, மறுபிரசுரம் செய்வதோ, மொழியாக்கம் செய்வதோ, ஊடகங்களில் மறுபதிப்புச் செய்வதோ, காப்புரிமைச் சட்டப்படி தடை செய்யப்பட்டுள்ளது. இந்த நூலிலிருந்து சில பகுதிகளை மேற்கோள்காட்டி நூல்அறிமுகம் செய்யலாம்.

உங்கள் மொபைல் போனிலிருந்து ஸ்கேன் செய்து 'டிஸ்கவரி புக் பேலஸ்' மொபைல் ஆப்பை டவுன்லோடு செய்து, புத்தகங்களை வாங்குங்கள்.

பதிப்புரை

பிரபஞ்சன் எனும் புனைபெயரில் எழுதிய சாரங்கபாணி வைத்திலிங்கம், பிரஞ்சியர் ஆண்ட புதுச்சேரியில் 27.04.1945ல் பிறந்தவர். பள்ளிக் கல்வியைப் புதுச்சேரியிலும், தஞ்சைக் கரந்தைத் தமிழ்ச் சங்கத்தில் புலவர் கல்வியும் கற்றவர்.

1961ஆம் ஆண்டு அவரது முதல் கதை பிரசுரம் கண்டது. 2017 வரை அவர் எழுதிய சிறுகதைகளில் 17 கதைகள் தேர்ந்தெடுக்கப்பட்டு 'அப்பாவின் வேஷ்டி' எனும் தொகுதியாக இப்போது வெளிவருகிறது.

பிரபஞ்சன் கதைகள், மானுட மகத்துவம் பேசுபவை. சாதாரண மனிதருக்குள் புதைந்து கிடக்கும் பரிவை, அருளை, நியாய உணர்வை, ஒரு சினேகிதனின் நெகிழ்ந்த தொனியில் சொல்பவை. ஊற்றுநீர்போலக் கனிந்து, சந்தர்ப்பங்களில் வெளிப்படும் மனிதர்களின் அரிய மானுடத் தருணங்களை இனம்கண்டு, கலாபூர்வமாக விளம்புபவை அவரது கதைகள். பகை, வெறுப்பு, துவேஷம் எதுவுமற்ற மனம் கொண்ட ஈரத் தமிழ்க் கதைசொல்லியான பிரபஞ்சன், தன் காலத்துப் புனைவைச் செழுமைப்படுத்திய எழுத்தாளர். வரலாற்று நாவல் துறையில் ஒரு புதிய பாதை வகுத்தவர்.

கட்டுரைகள், நாடகம் என சமூக இலக்கியத்துறையில் தொடர்ந்து இயங்கிவந்த பிரபஞ்சன் 21.12.2018ல் மறைந்தார்.

தமிழ் இலக்கியத்தில் பிரபஞ்சனின் எழுத்துகள் பொக்கிஷங்களாகப் பாதுகாக்கப்பட வேண்டும். அவரின் சிறுகதைகளை 'டிஸ்கவரி பப்ளிகேஷன்ஸ்' நிறுவனம் மூலமாக வெளியிடுவதில் பெருமை கொள்கிறோம்.

- மு.வேடியப்பன்

நான் நிறைவுகொள்ளும் நாள் இது

சிறுகதை என்கிற வடிவம் மிகவும் அழகியது. நுணுக்கமும் ஆழமும் கூடி வாழ்வைத் துலக்கமுற உரைப்பது சிறுகதை. வாழ்வையும், வாழ நேர்ந்த மனிதர்களின் அசலான பிம்பத்தை மிகக் குறுகிய பக்கங்களிலும் வார்த்தைகளிலும் சொல்லிவிடக்கூடிய வடிவமும் அதுவே ஆகும்.

ஒரு மொழியின் பெருமைகளில் ஒன்று கதை. கதைகளை உடைய மொழிகள், காலத்தைக் கைப்பிடித்து யுகங்கள் தாண்டியும் மனிதகுலத்தை அடுத்த பரிமாணத்துக்குக் கொண்டு சேர்க்கின்றன. கதைகள் கதைகளாக மட்டுமே இருந்து பல உள் வினைகள் ஆற்றுகின்றன. அது எதையேனும் சொல்லிக்கொண்டு நிற்கிறதா? இல்லை... அது ஓடிக்கொண்டே இருக்கிறது. ஆனால், அது பேசிக்கொண்டும் இருக்கிறது. நாம் கேட்க நம்மைச் சித்தப்படுத்திக்கொண்டால், ஆற்றிடமிருந்து நிறைய விஷயங்கள் நம்மால் நிரப்பிக்கொள்ள முடியும். நல்ல கதை என்பது ஆறு போன்றது. கதைகள் எப்போதும் இறந்தகாலத்திலேயே சொல்லப்படுகின்றன.

ஏன் எனில், இது இவ்வாறு நிகழ்ந்தது என்பதைக் கதை சொல்கிறது. ஆகவே, கதைகள் இறந்தகாலத்தில் நிகழ்கின்றன. இறந்தகாலம் என்றால், இல்லாமலே ஆன காலம் என்று அர்த்தம் ஆகாது. (தமிழ் இலக்கணம், இறந்ததைத் தழுவி எச்சத்தையும் பார்க்கச் சொல்கிறது.)

நினைவுக் கிடங்கிலிருந்து வெளிவரும் ஒரு சம்பவம் சொற்களாகவே வெளியே வருகிறது. பதிந்துபோயிருந்த அந்தச் சம்பவம் ‘நேற்று’ நடந்தது. முடிந்ததா என்றால், இல்லை. எதுவும் முடிந்துபோவது இல்லை. முடிந்தது என்று நாம் நினைப்பது ஏதோ ஒரு உருவில் இன்றும் தொடர்கிறது; நாளையும் தொடரும். ஆக, கதைகள் மூன்று காலத்தையும் உள்ளடக்கியவை. அ-காலம் என்று ஒன்றையும் உள் கொண்டது கதை.

எழுதப்பட்ட காலத்திலும் அது கடந்தும் கதைகள் பேசிக்கொண்டே இருக்கின்றன. சங்க வாசகனுக்குத் தொனித்த ஒரு கதை, சோழர் காலத்து வாசகனுக்கு வந்து சேரும்போது, புது அர்த்தம் கொள்கிறது. இன்றைய வாசகனுக்கு, அது இன்னுமொரு அனுபவத்தைத் தரக் காத்திருக்கிறது.

இலக்கியத்தின் தன்மை என்பது இதுதான். நல்ல படைப்பிலக்கியம் காலம் கடந்து ஜீவித்துக்கொண்டே இருப்பதன் சூட்சுமம் இதுதான்.

நல்ல விஷயமாக என் பள்ளிப்பருவக் காலத்திலேயே புதுமைப்பித்தன் கதைகள் வாசிக்கும் நிலை வாய்த்தது. கல்லூரிக் காலத்தில் தி.ஜானகிராமனை, எம்.வி.வெங்கட்ராமனை வாசிக்கவும், சந்தித்து உரையாடவும், நட்புக் கொள்ளவுமான வாய்ப்புகள் கிடைத்தன. தஞ்சை பிரகாஷின் மாபெரும் நூலகம் வாசிக்கக் கிடைத்தது, என் பேறு.

புதுச்சேரியில், இன்று ரோமென்ட் ரோலன் என்ற பெயரில் இயங்கும், அருமையான நூலகத்தில் இருந்த பிரஞ்ச் மற்றும் ரஷ்ய இலக்கியங்களின் தமிழ் மொழிபெயர்ப்புகள், படைப்பிலக்கியத்தின் பல சாகைகளை, பல கோணங்களை, பல பார்வைகளை எனக்கு அளித்தன. 'தொடர்ந்த வாசிப்பு, எழுதுபவர்களுக்கு இருக்க வேண்டியது மிக அவசியம்' என்று வாழ்நாள் முழுக்க சொல்லிக்கொண்டே இருந்தார் க.நா.சு.

அதேபோல, 'தொடர்ந்து எழுதிக்கொண்டும் இருக்க வேண்டும்' என்பார் க.நா.சு. 'தொடர்ந்து தினம்தோறும் எப்படி எழுத முடியும்?' என்று, அவர் புதுவை பல்கலையில் பணிசெய்ய வந்திருந்தபோது கேட்டேன். உடனே அவர், 'முடியாதுதான்... முடியாதபோது, மொழிபெயர்ப்பு செய்யுங்கள்!' என்றார். மொழி ஆக்கம் மூலம், அவர் தமிழுக்குச் செய்த பணியைத் தமிழர்கள் மறக்கக் கூடாது.

1961-ல் என் எழுத்து பிரசுரம் கண்டாலும், 1970-களுக்குப் பிறகே சிறுகதைகள் எழுதுவதில் நான் ஈடுபட்டேன். இத்தனை ஆண்டுகளில் உங்கள் கைகளில் உள்ள கதைகளை என்னால் எழுத முடிந்துள்ளது.

2017-வரை நான் எழுதியிருக்கும் கதைகளின் ஒரு தொகுதி இது. நூல் உருவாக்கத்தில் உழைப்பை நல்கியதோடு, இந்தத் தொகுதிகளை அழகாகவும் செறிவாகவும் வெளியிட்டிருக்கும்,

நண்பர் திரு.மு.வேடியப்பன் அவர்களுக்கு இந்த நேரத்தில் என் மனம் நிறைந்த நன்றியையும் அன்பையும் தெரிவித்துக் கொள்கிறேன்.

இந்தத் தொகுப்புகள் வெளிவந்த இன்று என் 73 வயதில் பிரவேசிக்கிறேன். 27.04.1945-ல் பிறந்து, 1961 முதல் 55 ஆண்டுகளாக எழுதிக்கொண்டிருக்கும் என் மேல் தமிழ்கூறும் நல்லுலகம், நண்பர்கள், வாசகர்கள் கொண்டிருக்கும் அன்பை, நட்பை அவர்கள் இணைந்து நடத்தும் என் பாராட்டு / நூல் வெளியீட்டு / பரிசளிப்பு விழா நிகழ்ச்சிகள் எனக்கு மன நிறைவைத் தருகின்றன. இதற்கென உழைத்த என் அன்பு இலக்கிய உலக வாசகர்களை நினைக்கையில் என் மனம் ஈரம் கொள்கிறது. தமிழர்கள், தம்மை நேசிக்கும் இன்னொரு தமிழனை எப்போதும் நினைவு கொள்வார்கள் என்பது மீண்டும் நிரூபணம் ஆகி இருக்கிறது. என்னைப் பாராட்டுவது என்பது, இப்போது எழுதத் தொடங்கி இருக்கும் எழுத்தாளர்களைக் கௌரவிப்பது என்றே பொருள் கொள்ள வேண்டும்.

என் அன்பு வாசகர்கள் காலந்தோறும் தோன்றிவரும் கலைஞர்கள் எழுத்தாளர்களைக் கௌரவித்தபடி இருக்க வேண்டும் என்பதே நான் கூற விரும்பும் இந்த நாள் செய்தியாகும். தேவையான நேரம் அளவாகப் பெய்யும் மழையாக நாம் இருப்போம்.

சென்னை - தமிழ்நாடு
2017

தோழமையுடன்,
பிரபஞ்சன்

பொருளடக்கம்

1. மாய வண்டி 05
2. அமரத்துவம் 13
3. அப்பாவின் வேஷ்டி 23
4. அரி என்கிற நண்பன் 31
5. இராஜகோபரமும் சங்கப்பலகையும் 37
6. கருப்பட்டி 43
7. குழந்தைகள் 55
8. கேசவன் கல்யாணத்தின்போது 64
9. சினேகம் 73
10. திரை 83
11. நிகழ் உலகம் 95
12. மாமன் வரவு 104
13. யாரும் படிக்காத கடிதம் 114
14. வரிசை 123
15. வீடு 128
16. தர்மம் 33
17. பாலர் 33

மாய வண்டி

காளி சொன்ன செய்தியைக் கேட்டு, குப்பன் திகைத்துப் போனான். வாய் பேச முடியாதபடிக்கு அவனை அடைத்துப் போட்டது.

"என்னடா சொல்றே?" என்றான் குப்பன்.

"மெய்யாத்தான் அண்ணே... நான் உங்க கிட்டே விளையாடுவனா... நம்ம முத்தியால் பேட்டை மேஸ்திரியே என்கிட்ட சொன்ன சேதியிண்ணா! வேணும்னா, நீங்க மேஸ்திரி கிட்டயே கேட்டுக்குங்க..."

காளி விளையாடுகிறவன் இல்லை. குப்பன் மேல் மரியாதை உள்ளவன்தான். மேஸ்திரி அவனுக்குச் சினேகிதக்காரர்தான். அவன் சொன்னது தப்பான தகவலாக இருக்க முடியாது. எனினும், அதைக் குப்பனால் நம்பத்தான் முடியவில்லை. அவன் சொன்னது இதுதான்

"மாடும் இழுக்காமே, குதிரையும் இழுக்காமே, ஒரு பெரிய வண்டி தண்டவாளத்திலேயே வழுக்கிக்கிட்டு ஓடிவரப் போகுதாம். அதுவும் வார வெள்ளிக்கிழமை வில்லியனூர் வழியாக, புதுச்சேரிக்கு வரப் போகிறதாம்."

"லே... காளி மாடும் இழுக்காமே, குதிரை, கழுதையும் இழுக்காமே, வண்டி தண்டவாளத்திலே வழுக்கிக்கிட்டே எம்மாம் தூரம்தான் வர முடியும். பின்னாலே இருந்து, மனுசங்க தள்ளிவிடுவாங்கடோய்" என்று சமாதானம் செய்து கொள்ள முயன்றான் குப்பன்.

"அப்படியும் இல்லேண்ணே, நானும் மேஸ்திரிகிட்டே இதையேதான் சொன்னேன். போடா முண்டமே, ஒரு வண்டியை வேணா, மனுசங்க தள்ளிகிட்டு வரலாம். ஒரு பொட்டி வண்டியை பக்கத்துல பக்கத்துல நிக்க வச்சா, அம்பது வண்டி காணும்கிற பலமும் திடமுமா இருக்குமாம் ஒரு பொட்டி. அது மாதிரி நாலு பொட்டி வருதாம். அந்த நாலு பொட்டியையும் இழுத்துக்கிட்டு, அச்சு அசல் இரும்பாலே பண்ணின ரதம் மாதிரி ஒண்ணு வருமாம். அதும்பேரு ரயிலு ரதம்கிறாங்க. என்னமோ, சூச்சுமத்தை வச்சு, வண்டியை ஓடப் பண்ணறாங்க இந்த வெள்ளைக்காரப் பசங்க... பாருங்கண்ணே... இன்ன இன்னா திருகூஸ் வித்தையெல்லாம் பண்ணறாங்க இந்த வெள்ளைத்தோல் பசங்க."

"உஸ்" என்றான் குப்பன். அக்கம் பக்கம் திரும்பிப் பார்த்துக்கொண்டான்.

"லே... முட்டுக்கட்டை... வெள்ளைக்காரங்களப் பத்தி மரியாதையா பேசு. எவன் காதிலையாவது விழுந்து தொலைச்சா, பொல்லாப்பு வரும்டா... என்ன இருந்தாலும், அவங்க நம்மளை ஆள்ற ராஜாங்கம் இல்லையா?"

"பரங்கிப் பசங்களுக்குப் போயி பயப்படறீங்களே அண்ணே?"

"ஆயிரம் சொல்லு... இந்த மாதிரி மாடு இழுக்காமே ஓடற வண்டியை, உம் அப்பன், பாட்டனா கண்டுபிடிச்சான். வெள்ளைக்காரன்தானே கண்டு பிடிச்சான்.?"

"அது சேரி..."

காளி போன பிறகு குப்பன் தனிமையில் விட்டப்பட்டவுடன் திரும்பத் திரும்ப, அவன் சொன்ன சேதியே நெஞ்சத்தில் வந்து வந்து போயிற்று. 'நிசத்தில் இது நடக்குமா' என்கிற சந்தேகம், மண்டையைக் குடைந்தது. தாங்க மாட்டாமல், துண்டை உதறி தோளில் போட்டுக்கொண்டு, மேஸ்திரியைப் பார்க்க கிளம்பினான் குப்பன். தண்டவாளம் போடுகிற இடத்தில், 'கோன்திராக்த்' பண்ணிக்கொண்டிருந்தார் மேஸ்திரி. தண்டவாளம் போடும் வேலை ஆறு மாசமாகவே நடந்துகொண்டிருந்தது. முதலில், பாதையைச் சீராக்கினார்கள். குண்டும் குழியுமாக இருந்த தரையை ஒழுங்கு செய்தார்கள். தண்டவாளம், வயல் வெளிகளில் குறுக்கிட்டது. தகராறு செய்த நிலச் சொந்தக்காரர்களை, வெள்ளைக்கார அதிகாரிகளே நேரில் வந்து அடக்கினார்கள். பொது நலத்துக்கான காரியம் ஆனபடியால், சனங்கள்

ஒத்துழைப்பு கொடுக்க வேணும் என்று கேட்டுக்கொண்டதன் பேரில் பலரும் இணங்கினார்கள். வாணரப் பேட்டையண்டை இருந்த நில உரிமைச் செட்டியார், தகராறு பண்ணியதால், வேலை ஸ்தம்பித்தது. வட்டார இன்ஸ்பெக்டராக இருந்த சீமோன் துரை, செட்டியாரை மன்றாடிப் பார்த்தார். மசியவில்லை செட்டியார். அதனால், நன்கு முற்றி விளைந்த வயலில் பட்டியில் இருந்த மாடுகளை விரட்டி மேய விட்டார். கை விரலாட்டம் விளைந்து, விளைந்து கவிழ்ந்திருந்து நெற்கதிர்களின் இடையே புகுந்து துவம்சம் செய்தன மாடுகள். வேறு வழியில்லாமல் வழிக்குத் திரும்பினார் செட்டியார்.

தண்டவாளம் போடும் வேலை, இரவு பகலாக நடந்தது. மனிதர்களின் குரலும், சம்மட்டி அடிச்சப்தமும், ஆள் அரவம் அற்ற அந்தப் பகுதியில் பகலும் இரவுமாகக் கேட்டுக்கொண்டிருந்தன. தொழிலாளர்களுக்கு என்று சாப்பாட்டுக் கடை உருவாயிற்று. அவர்கள் தங்குவதற்கான குடிசைகள், தோப்புத் துரவுகளின் ஓரம் கட்டப்பட்டு, சின்னச் சின்னதாக ஊர்கள் உருவாகத் தொடங்கின. வெள்ளை அதிகாரிகளும், அவர்களுக்குத் துணை செய்யும் உள்ளூர் மற்றும் வெளியூர் அதிகாரிகளும் வந்து போக, பாதைகள் சீர் செய்யப்பட்டன. அண்டையில் இருந்த தென்னந்தோப்புக்குள்ளேயே கள்ளுக்கடை உருவாகி, வேலை செய்வோரை மகிழ்வித்தது.

பெண்களுக்கும், சிறுவர்களுக்கும், வயதானவர்களுக்கும், அந்த வட்டாரம் ஆச்சரியமான பிரதேசமாயிற்று. 'என்ன தகிடுதத்தம்தான் பண்ணுகிறார்களோ சாமி' என்று அவர்கள் ஆச்சரியத்தால், பகல் நேரமெல்லாம் குழுமி தண்டவாள வேலையை வேடிக்கை பார்த்தபடி நின்றார்கள். சில பெண்கள் தங்கள் அய்யங்களைக் கேட்டார்கள்.

"அய்யே... இது என்னத்துக்கு இந்த தண்டவாளம்?"

"வண்டி வழுக்கிக்கிட்டு ஓடத்தான்" என்று பணியில் இருந்தவர்கள் பதில் சொன்னார்கள்.

"இரும்பு துண்டுமேல வண்டி ஓடுமாங்காட்டியும்?"

"ஓடறதைப் பார்க்கத்தானே போறீங்க..."

"மாடு வழுக்கி விழாதாங் காட்டியும்?"

"மாடு எங்க புள்ளை வந்துச்சு. இது சூச்சுமத்துல ஓடற வண்டின்னா."

பதிலை வாங்கிக்கொண்ட பெண், தனக்குள் யோசித்தபடி இருந்தாள். மற்றொருத்தி கேட்டாள்:

“சூச்சுமத்துல ஓடற வண்டியில, நாங்கள் குந்திக்கலாமா?”

“காசு குடுத்துட்டுக் குந்திக்கலாமே!”

“வழுக்கு வண்டி கவுந்துட்டா என்ன ஆவுறது?”

“மோட்சத்துக்குப் போறது!”

“அய்யோ... என் புள்ளைகளுக்கு நீ சோறு போடுவியாங் காட்டியும்.”

“ஏன்... உனக்கே சேத்து சோறு போடறேன். என்னோட வந்துடேன்.”

“சீ... இந்த ஆளைப் பார்டி...”

“ஆனாலும் இது நல்லதுக்கு இல்லை” என்றார் ஒரு பெரியவர்.

“எது பெரியவரே...?”

“இதுதான்... இந்த வழுக்கு வண்டிதான். எங்க அப்பன், பாட்டன் காலத்துல இல்லாத சமாசாரம்தான்.”

“வழுக்கு வண்டி தடம் புரளப் போகுது. மனுசங்க, புள்ளை குட்டியோட சாகத்தான் போறாங்க.”

குப்பன், மேஸ்திரியண்டை வந்து நின்று, கும்பிட்டான்.

“வா... பிள்ளை... சமாசாரம் ஏதாலும் இருக்கா?”

“எல்லாம் இந்த வழுக்கு வண்டியைப் பத்தித்தான் மேஸ்திரி. ஊருல நாலு பேரு நாலு விதமா பேசிக்கிறாங்களே...”

“நமக்கு என்னத்துக்கு ஊர்க்கவலை. எனக்குக் கூலி தர்றான். நான் மேஸ்திரி வேலை பார்க்கிறேன்.”

“அதுக்கில்லை மேஸ்திரி. வண்டி, வழுக்கிக்கிட்டே ஓடறதனாலே, நிக்காமே, வயலு நிலங்களுக்குள்ளே பூந்துட்டா என்ன ஆறது. அது என்னோட நிலம் ஆச்சே.”

“ஓ... அதைச் சொல்றயா? ஓட வைக்கிறவன் நிறுத்தம் பண்ணறதுக்கும் இடம் வைக்காமலேயா போயிடுவான்... வச்சிருப்பான்”

குப்பனுக்குச் சந்தேகம் தீர்ந்தபாடு இல்லை. மேஸ்திரி சொன்னார்:

“எல்லாம் வர்ற வெள்ளிக்கிழமை தெரிஞ்சுடப் போவுது. எல்லாம் நல்லபடி நடக்கும். மனசைத் தளர விடாதே.!”

குப்பன் திரும்பவும் வழியில் கோயிலில் இருந்து திரும்பும் குருக்களைக் கண்டான்.

"கும்பிடறேன் சாமி.!"

"நல்லா இரு... எங்க போயிட்டு வராப்பலே?"

"மேஸ்திரியப் பார்த்துட்டு வர்றேன் சாமி... ஏதோ ஊருக்கு வழுக்கு வண்டி வருதுன்னு சொல்றாங்க... ஊருக்கு ஏதாவது பழுது வருமோன்னு பயமா இருக்கு"

"வராமே என்ன பண்ணும்? கொஞ்ச நாள் முந்தி, தூமகேதுன்னு ஒரு நட்சத்திரம் தோணிச்சே, அப்பவே நான் சொன்னேனா இல்லையா? ஏதோ அசம்பாவிதம் நடக்கப் போறதுன்னு, நான் அப்பவே அடிச்சுண்டேன். எவன் கேட்டான். ஆபத்து வர்ற நேரத்துல அடிச்சுக்கறேள். கோயில், குளம்னு எப்பவாவது நினைப்பு இருக்கா உங்களுக்கு?"

குருக்களிடம் அதைக் கேட்கலாமா, வேண்டாமா என்று யோசித்தான். குருக்கள், செலவு வேறு வைத்தால் என்ன பண்ணுவது?

"என்ன யோசனை பெரிசா?"

"ஒண்ணுமில்லை சாமி... போன வருஷம், மானம் பேய்ஞ்சி கெடுத்துச்சி... இந்த வருஷம் காஞ்சிக் கெடுக்குமோன்னு யோசனையா இருந்துச்சு. ஏதோ, பயிர் நல்லா வந்திருக்கு. இந்த வழுக்கு வண்டி வந்து கெடுத்துப் போடுமோன்னு பயமா இருக்கு"

"கெடுக்கும்..." அழுத்தம் திருத்தமாகச் சொன்னார் குருக்கள்.

கெடுக்காமே என்ன பண்ணும்? கிரகம், அதன் கோளாறுகளைப் பண்ணாம இருகப் போறதில்லையே. பண்ணும் ஆனாலும் அதுகள் வாய்களைக் கட்டிப் போடவும் முடியும். நீ என்ன பண்ணணும்னா... மரக்கால் அரிசி, உளுந்து கால்படி, பருப்பு, நெய் இதுகளோடு நாலு இளநீர் தயார் பண்ணிக்கிட்டு ஆத்துப் பக்கம், நாளைக் காலமே உதயத்துக்கு முன்னாடி வந்து சேர்ந்துடு. மற்றதை நான் பார்த்துக்கிடறேன். என்ன... நான் சொல்றது, விளங்கறதா...?"

மனசுக்குள் நொந்து போனான் குப்பன். என்றாலும் "சரி, சாமி" என்றான்.

பூவரச மரத்தடியில் அமர்ந்துகொண்டு கூடை முடிந்துகொண்டிருந்தாள் வள்ளி. அவள் அம்மா அப்போதுதான் எழுந்து ஓடைக்கரைப் பக்கமாய் சென்றிருந்தாள். தனியாக

வேலையில் ஆழ்ந்திருந்த வள்ளி, அரவம் கேட்டுத் திரும்பினாள். சண்முகம் நின்றிருந்தான்.

“தே! என்ன தைரியம். அம்மா வந்துறப் போறாங்க”

“ஒண்ணுமில்ல புள்ள, வர வெள்ளிக்கிழமை வழுக்கு வண்டி வரப்போகுதுல்ல, திருவிழாக் கூட்டமா சனம் சேந்துரும். அங்க வந்துரு”

“எதுக்கு வரணும்?”

சண்முகம் கண்ணடித்தான்.

“வெட்கம் செத்துப் போச்சி ஒனக்கு!”

மணியக்காரர் வீட்டு வாசல்படியில் கொத்து வேப்பிலை செருகியிருந்தது. அன்னம்மாள் அக்கா தெருவில் நின்றபடியே “மணியக்கார வீட்டம்மா, என்ன விசேஷம்? வேப்பிலை தொங்குது” என்றாள்.

“வீட்டுல மாரியாயி வந்திருக்கா...!”

அதிர்ந்து போனாள் அன்னம்மாள் அக்கா.

“காலங்கெட்டுப் போச்சு! வாராத பிசாசெல்லாம் ஊருக்குள்ள வர ஆரம்பிச்சுடுத்து. வழுக்கு வண்டின்னு ஒரு சனியன் வரப் போவுதாமே. அதனாலதான் ஆத்தாவுக்குக் கோபம் வந்திடுச்சு”

நாலு நாட்களுக்குள் அந்தத் தெருவில் மூன்று பிணங்கள் விழுந்தன. எல்லாம் அந்த வழுக்கு வண்டி விவகாரத்தால்தான் என்று ஊர் பேசியது.

வியாழக்கிழமை நள்ளிரவில் இருந்தே, வழுக்கு வண்டி வந்து நிற்கும் நிலையத்தை நோக்கிச் சாரி சாரியாகப் பெட்டி வண்டிகளும், மாட்டு வண்டிகளும், வரத் தொடங்கி விட்டன. நிலையத்துக்கு முன்னால் குத்துச் செடிகளும், அழகுச் செடிகளும் மலிந்து திறந்த வெளியில வண்டிகளை அவிழ்த்துப் போட்டு சனங்கள் ஓய்வுகொண்டார்கள். பெண்கள், செங்கல்லை அடுப்பாக வைத்து தீ மூட்டி சோறு பொங்கினார்கள். வண்டிகளின் தொடர்ந்த வருகையால் புதிதாக ஒரு பாதையே உருவாயிற்று. பச்சை, ஊதா, கருஞ்சிவப்பு, முதலான வண்ணங்களில் சர்பத் விற்கும் கடைகளும் கடலைப் பொரி, பட்டாணிக் கடைகளும், வளையல், சவுரிமுடிக் கடைகளும், சட்டி பானை மற்றும் பித்தளைப் பாத்திரக் கடைகளும் மண்ணிலிருந்து பிளந்துகொண்டு

வந்ததைப்போல திடீரென்று முளைத்தன. காடாவிளக்கின் வெளிச்சத்தில் நடமாடும் மனிதர்களின் நிழல் பூதாகாரமாக அசைந்தாடியது.

தண்டவாளத்தை நெருங்கும் குழந்தைகளை, தாய்மார்கள் மிரட்டி நெருங்கவிடாமல் தடுத்தனர். நேரம் ஆக ஆக மக்கள் மத்தியில் பயமும், இனம் தெரியாத அச்சமும்கூடக் கொண்டன. இருள் புலர்வதற்குள் அங்கிருந்த அல்லிக் குளத்தில் பெண்கள் குளித்து முடித்தார்கள். அதிகாலமே அங்கு வந்து விட்டார் குருக்கள். கோடி வேஷ்டியும், துண்டுமாக நின்றிருந்த மேஸ்திரியிடம் குருக்கள் கேட்டார்:

"ஏய்! மேஸ்திரி, வழுக்கு வண்டி எத்தனை மணிக்கு வருதுங்காணும்?"

"சுமார் 11 மணிக்கு வண்டி வரும்போலத் தெரியுது!"

"எனக்குத் தெரியுமே, ஆரம்பத்தில் இருந்தே இது நல்லதற்கில்லை என்று நேக்குத் தெரியும். முதன் முதல்ல வர்ற வண்டி ராவுகாலத்திலன்னா வருது? இன்னிக்கு 10 1/2 12 ராகுகாலம். மாட்டுக்கறி திங்கிற வெள்ளக்காரனுக்கு ராகுகாலம், எமகண்டம், தெரியாது. வாஸ்தவம். உமக்குக்கூடவா தெரியாம போச்சு?"

"சாமி! நான் என்னத்தக் கண்டேன். வெள்ளக்காரன் விவகாரம் நாம எதையும் சொல்லி வம்பு வந்திடுச்சுன்னா?"

பின்னாலிருந்து காளி சொன்னான்:

"சாமி! ராகுகாலம், எமகண்டம், பாக்காதவந்தான் ரயில் விடறான். நம்மளையே ராஜாவாக இருந்து ஆண்டுக்கிட்டிருக்கான். ராகுகாலம், எமகண்டம், வாரசூலை பார்த்து நாம் என்னத்த கிழிச்சோம்?"

"சும்மா இருடா, ஞானசூன்யம்! உனக்கென்ன தெரியும். நல்லது, கெட்டதை அர்த்தம் இல்லாமையா பெரியவங்க பண்ணி வச்சிட்டுப் போயிருப்பாங்க?"

"நீ சும்மா இருடா காளி" என்று காளியை அடக்கினான் குப்பன்.

தண்டவாளத்தின் இரு பக்கத்திலும் சனங்கள் வரிசையாக நின்றிருந்தார்கள். கூட்டத்தில் அதிர்ச்சி அலை பரவியபடி

இருந்தது. வண்டி வந்துகொண்டிருந்தது என்கிற செய்தி முதலில் வந்தது.

"புள்ள குட்டிகளை, பெண்டுகள் கெட்டியாகப் புடிச்சிக்கடணும். ரொம்ப பக்கத்துல நிக்காதீங்க. ஏதானும் நடக்கக் கூடாதது நடந்து போயிடும்" என்று எச்சரிக்கைக் குரல் கொடுத்தார் ஒரு பெரியவர். எல்லோரும் திடுக்கிடும் படியாக, நூறு கழுதைகள் ஒன்று சேர்ந்து கத்துவதுபோல சத்தம் எழுப்பிக்கொண்டே ரயில் வந்துகொண்டிருந்தது. அதன் பின்னால் சனங்கள் ஓடி வந்துக்கொண்டிருந்தார்கள்.

"அடியம்மா! மாட்டையும் காணோம், குதிரையும் காணோம். மாயமா இல்லே ஓடுது. இது மாய வண்டிதான்" கத்தினாள் ஒரு பெண்மணி.

ரயில் அருகில் வரவர சனங்கள் பயந்து போய் பின் வாங்கினார்கள். புகையைக் கக்கியவாறு, 'சிக்புக்...' என்று தாள லயத்தோடு வண்டி வந்து ஒரு குழந்தையைப்போல குறிப்பிட்ட இடத்தில் நின்றது. பயிர் பச்சைகளை அது அழிக்கவில்லை என்பது குறித்து குப்பனுக்கு ஆறுதலாக இருந்தது.

இஞ்சினில் இருந்து இறங்கி வந்த வெள்ளைக்கார வண்டி ஓட்டிக்கு நிலைய அதிகாரிகள் சார்பில் மாலை, மரியாதை, வேஷ்டி, துண்டு, வெற்றிலைபாக்கு, பழம் எல்லாம் வழங்கப்பட்டது.

குருக்கள் நிம்மதிப் பெருமூச்சு விட்டவாறு, "பேஷ்! நாலு பெட்டி வந்திருக்கு, தீட்டு, துடக்கு இல்லாமல் தனிப்பெட்டில போகலாம். என்ன இருந்தாலும் வெள்ளைக்காரன் வெள்ளைக்காரன்தான்" என்றார்.

விழுப்புரத்தில் இருந்து வந்த களைப்போடு பெருமை பொங்க மக்களைப் பார்த்தவாறு நின்றிருந்தது அந்த மாயவண்டி...!

1993

அமரத்துவம்

முத்துக்குமாரசாமி வந்திருப்பதாகச் சொன்னார்கள். இந்தப் பூங்குளம் கிராமத்திலிருந்து போய், ஆகப் பெரிய மனுஷராகி, ஓய்வு பெற்று, தான் படித்த பள்ளிக்கூடத்தின் பொன்விழாக் கொண்டாட்டத்தில் கலந்து கொள்ள வந்திருந்தார் அவர். பூங்குளம் முத்துக்குமாரசாமியை அறியாதவர் யார் இருக்க முடியும்? பத்திரிகை படிப்பவர் அத்தனைப் பேருக்கும் அவர் பரிச்சயமாய் இருப்பாரே. மாநில முதலமைச்சர்கள் பின்னால் அல்ல அவர்களுக்குச் சமமாக அமர்ந்துகொண்டு சம்பாஷித்துக்கொண்டிருக்கும் படம் எல்லாம் தமிழ், ஆங்கிலப் பத்திரிகைகளிலும் வந்திருக்கிறதே! அரசு வேலைகளில் மிக உச்சம் எதுவோ அந்தச் சிகரங்களையெல்லாம் ஏறிப் பார்த்தவர் அவர். தென் மாட்டவங்களில் ஜாதிக் கலவரமா மாநிலங்களுக்குள் தண்ணீர் பற்றிய தாவாவா, கூப்பிடு முத்துக்குமாரசாமியை என்ற ஒரு சொல்லடையே ஏற்பட்டிருந்தது. பொதுவாக கமிஷன்கள் பிரச்சினைகளை மறக்கடிக்கவும், மழுங்கடிக்கவும் தானே போடப் படுகின்றன. முத்துக்குமாரசாமி கமிஷன்கள் அனைத்தும் குறித்த காலத்துக்கு முன்பே, தன் பணியை முடித்து விடுவதில் புகழ் பெற்றவை.

மாலை, சூரியன் அஸ்தமிக்கிற நேரத்தில்தான் முத்துகுமாரசாமியைப் பார்க்க போனேன். வெள்ளாளத் தெருவின் முதல் தெற்குப் பார்த்த வீடு அவருடையது. ஹ்யூமும் மற்றும் சில சுதேசிகளும் சேர்ந்து காங்கிரஸ் மகா சபையைத்

தோற்றுவித்த கொஞ்ச காலத்துக்குள் கட்டப்பட்ட காரை வீடு அது. வீட்டைப் பார்க்கையில் வயசான பசு, சைக்கிள், பழைய பிளைமவுத் கார், ஞாபகத்திற்கு வரும். வீட்டு வாசல்படிக்கு இருபுறமும் விசாலமான திண்ணைகள்; முட்டைப்பால் விட்டு இழைத்த வழுவழு திண்ணை. திண்ணை ஒன்றில் கை வைத்த பனியனும் நாலு முழக் கதர் வேஷ்டியில் ஆசனம் இட்டாற் போல் காலைக் குறுக்காகப் போட்டுக்கொண்டு, பக்கத்துத் தட்டங்களில் வைக்கப்பட்டிருந்த வறுத்த வேர்க்கடலையை உடைத்து நிதானமாகச் சாப்பிட்டுக்கொண்டிருந்தார் அவர். என்னைப் பார்த்ததும், “வா, வா... வைத்தி உன்னைத்தான் நினைச்சுக்கிட்டு இருந்தேன். சித்த நாழில நீ வரல்லைன்னா, நானே உன் வீட்டுக்கு வந்து விட்டிருப்பேன்” என்றார் உற்சாகமாக.

“இந்தக் கோலத்தில் அண்ணாவைப் பார்க்க எப்படியோ இருக்கு. பேன்ட்டும் சட்டையுமா, பெரிய மனுஷாளோட இருந்ததையும் பார்த்துட்டு, இப்படிக் கிராமத்து நாட்டாமைக்காரர் மாதிரி திண்ணையில் வச்சுப் பார்க்கிறது ரொம்ப வித்தியாசமா இருக்கு”

அவர் குனிந்து தன்னையே ஒருமுறை பார்த்துக்கொண்டார். “இதுதான் அசல். அதெல்லாம்தான் வேஷம்” என்றார் சிரித்தபடி. ஒரு கொத்து வேர்க்கடலையை அள்ளி என் முன் வைத்து, “சாப்பிடும்” என்றார்.

“அண்ணாவுக்கு வயசாயிடுச்சு. தலை மீனு முள்ளு மாதிரி, மீசைகூட வெள்ளைச் சீப்பு மாதிரி வெளுத்துப் போச்சு...”

“ஆகாதா பின்னே? வயது அறுபதுக்கு மேலே ஆச்சே... நீ என்னமோ, சின்னப் பிள்ளையாட்டம் பேசறயே... உனக்கும் நாப்பது ஆயிருக்குமே. சுந்தரத்துக்குப் பின்னாலே பிறந்தவன் தானே நீ...”

வேர்க்கடலை பதமாக வறுக்கப்பட்டிருந்தது. வேர்க்கடலை வறுப்பதில் மிகுந்த பக்குவம் தேவை. கொதிகூடப் போனாலும் கடலை தீயும் குறைந்தாலும் பச்சை வாடை வீசும். சொன்னேன்.

“பின்னே? அம்மா பண்ணதாச்சே. பெண்களோட கை வரிசையை வேர்க்கடை வறுத்துப் பார்க்கணும்னு சொல்லுவாங்க. அதுல. அவங்களோட நிதானம் வெளிப்பட்டுப் போகும். அந்தக் காலத்தில் பெண் பார்க்குற சடங்குல பெண் பிடிச்சிருக்கா, சொத்திருக்கா, பாடுமா, ஆடுமான்னெல்லாம் பார்க்கிறதில்லை.

ஒரு படி வேர்க்கடலை கொடுத்து வறுக்கச் சொல்றதுதான் எங்க குடும்ப வழக்கம். அதுல பெண்ணோட சாமர்த்தியம் வெளிப்பட்டுப் போயிடும்...”

வாழ்க்கை அனுபவங்களை இப்படி மைசூர்பாக் மாதிரி அறுத்துத் துண்டாக்கிக் கொடுப்பதில் அண்ணா சமர்த்தர்.

“அப்புறம் ஊர் எப்படி இருக்கு வைத்தி?”

“அப்படியேதாண்ணா இருக்கு. பொய், பொறம் பேசறது, ஓர் அடி நிலத்துக்கு விவகாரம் பண்ணிட்டு, கும்பகோணம் கோர்ட் வாதா மரத்தடியிலே வக்கீல் வாலைப் பிடிச்சுக்கிட்டு நிக்கிறது. கட்சி, அரசியல், ஜாதி அரசியல் எல்லாம், ஊர் அப்படியேதான் இருக்கு. ஆனா ஒண்ணு, பூங்குளத்தோட பேரை உலகமெல்லாம் உச்சரிக்க வச்சுட்டீங்க நீங்கள்னு, ஊரான் எல்லாருக்கும் பெருமை. நீங்க படிச்ச பள்ளிக்கூடத்தை நீங்களே கொண்டாட வந்திருக்கிறது இரட்டிப்புப் பெருமை.”

அண்ணா கொஞ்ச நேரம் உத்தரத்தைப் பார்த்தபடி இருந்தார்.

“உண்மையில், பள்ளிக்கூடம் இப்படி நடுநிலைப் பள்ளி, உயர்நிலைப் பள்ளி, மேல்நிலைப் பள்ளி ஆகி, பொன்விழாக் கொண்டாடுதுன்னா, நியாயமா அந்தப் பெருமை திருவேங்கட வாத்தியாருக்குத்தான் போய்ச் சேரணும். அவர் இல்லை.”

“அவர் உங்க வாத்தியாராண்ணா?”

“இந்த ஊருக்கே! மின்சாரம் வர்றதுக்கு முன்னே விளக்கைக்கொண்டு வந்தது அவர்தான்.”

இப்படித்தான் ஒரு மாலை நேரம், இன்னும் இருட்டியிருக்க வில்லை. நாற்சந்தியில் விளக்கு இன்னும் ஏற்றப்படவில்லை. வெளியூர்க்காரர் என்று தோன்றத்தக்க ஒரு நடு வயதுக்காரர், அவர் மனைவி என்று தோன்றும் ஓர் அம்மாள், மற்றும் ஆறு ஏழு வயதுச் சிறுமி ஒருத்தியுடன் பெரியதனக்காரர் பத்ராசலம் வீட்டுத் திண்ணையை ஒட்டி வந்து நின்றார். தனக்காரர், சுருட்டுப் பற்ற வைத்துக்கொண்டு ஆற்றுக்குக் கிளம்பிக்கொண்டிருந்தார்.

“ஆரு?” என்று விசாரித்தார் பெரியதனக்காரர்.

“அடியேன் திருவேங்கடம். கொஞ்சம் படிப்பு வாசனை உண்டு. இது என் குழந்தை, இது என் சம்சாரம்... தெற்கிலிருந்து

வரோம். பஞ்சம் தாங்க முடியாமல் ஊர் பாழடைந்து விட்டது. இங்க இந்த ஊரில் தங்கி, ஐயா ஆதரவில், ஒரு பள்ளிக்கூடம் நடத்தலாம்னு வந்து இருக்கோம்."

பெரியதனக்கார வீட்டுப் பையன் சிவலிங்கத்தோடு நான் திண்ணையில் விளையாடிக்கொண்டிருந்தேன். அவர்களின் திண்ணை ஓரம் வைத்த மூட்டை என் கவனத்தைக் கவர்ந்திருந்தது. துணி, டப்பாக்கள், கொஞ்சம் பாத்திரங்கள். அப்புறம் திருதிருவென்று விழித்துக்கொண்டிருக்கும் அந்தச் சின்னப் பெண்.

"பள்ளிக்கூடமா! இந்த ஊரிலா?" என்று ஆச்சரியப்பட்டார் பெரியதனக்காரர்.

"ஆமாம் சுவாமி! லட்சுமி வாசம் செய்கிற ஊர். சரஸ்வதி வர என்ன தடை?"

"ஆகட்டும். பிள்ளைகள் வேலை வெட்டிக்குப் போறதை விட்டுட்டு, படிச்சுக் கெட்டுப் போயிடுமேங்கிறதுதான் எனக்குக் கவலை. ஆனபடி ஆகட்டும். தெரு மூலை வீடு நம்மோடதுதான். பெருக்கி சுத்தம் பண்ணி விளக்கேற்றி வையுங்கள். அங்கேயே பள்ளிக்கூடத்தையும் வச்சுக்கலாம். ஆனா ஒண்ணு... பிள்ளைகளைச் சேர்த்துக்கிறது உங்கள் பொறுப்பு. அதில் நான் தலையிடமாட்டேன். வேணும்னா என் பையன் சிவலிங்கத்தையும், என் பங்காளிப் பையன், இந்த முத்துக்குமாரசாமியையும் இழுத்துப் போய் அடைச்சுப் போடுங்க. அப்புறம் உங்க சாமர்த்தியம். அவங்க சாமர்த்தியம்..."

யாரோ தூக்குப் போட்டுச் செத்து, அந்த ஆவி அங்கு உலவுவதாகச் சொல்லப்பட்ட இருண்ட, எருக்கஞ்செடி முளைத்த அந்த வீட்டில் விளக்கு எரிந்ததை ஊர்ச் சனம் ஆச்சரியத்துடன் பார்த்தது. அதனினும் விந்தை அடுத்த நாள் காலை நிகழ்ந்தது. எருக்கஞ்செடிகளும், நாயுருவியும் மலிந்த அந்த வீட்டு முன் வாசல், சுத்தம் செய்யப்பட்டு அழகிய மாக்கோலம் போடப்பட்டுப் பளிச்சென்று துலங்கியதை, காலை வாயில் வைத்த பல் குச்சியோடு ஆற்றங்கரைக்குப் போகிற ஆண்கள் பார்த்தார்கள்.

திருவேங்கடம் வாத்தியார், வைகறையில் எழுந்து குளித்து, நெற்றி மார்பு, புஜங்கள் என்று மேனியின் பல இடங்களிலும் திருநீறு பூசி குடித்தனக்காரர் மற்றும் உழைப்பாளிகள் என்று பாகுபாடு செய்யப்பட்டிருந்த இருவர் வீடுகளிலும் முன் வாசல்

வந்து நிற்பார். நின்றதை நானே பார்த்திருக்கிறேன் வைத்தி. என் வீட்டு வாசலிலும் வந்து நின்றார்.

"என்ன?" என்றார் அப்பா.

"நான் ஊருக்குப் புதுசா வந்திருக்கிற வாத்தியார். வீட்டில் திண்ணைப் பள்ளிக்கூடம் போட்டிருக்கிறேன். உங்கள் பிள்ளையைப் படிக்க அனுப்பி வைக்கணும்" என்று கைகூப்பி, ஏதோ யாசகம் செய்பவரைப்போல வாத்தியார் கேட்டார்.

"பள்ளிக்கூடமா? இந்த ஊரிலா? என்னத்துக்கு? பிள்ளைகள் நாலு எழுத்து படிச்சா, உடம்பு வளைஞ்சு வேலை செய்யாதே... அதோடு நிலம், நீச்சு என்று எங்கள் பிழைப்பு இருக்க, இதிலே ஆறாவது விரல் மாதிரி பள்ளிக்கூடம், படிப்பு என்று என்னத்துக்கு?"

வாத்தியார் கை குவித்துக்கொண்டு, உடம்பு வளைந்து சொன்ன காட்சி இன்னும் என் கண்முன் நிற்கிறது வைத்தி.

"பெரியவங்க அப்படிச் சொல்லிடக்கூடாது. என்ன செல்வம் இருந்தாலும் கல்விச் செல்வம் போல் ஆகுமா? நாடாளும் ராஜாவானாலும், அவன் தேசத்துக்குள்ளே தானே அவனுக்கு மரியாதை? படிச்சவனுக்குச் சென்ற இடமெல்லாம் சிறப்பல்லவா? உங்களுக்கே, உங்க பிள்ளை இராமாயணம், பாகவதத்தைப் படிச்சுக் காட்டினா, அது உங்களுக்கு எவ்வளவு சந்தோஷத்தைத் தரும்?"

அப்பாவுக்குத் தெய்வ பக்தி உண்டு. இராமன் மேல் அவருக்குப் பிரீதி... ஆகவே வாத்தியாரின் கடைசி வார்த்தையை எடுத்துக்கொண்டு அவர் சம்மதித்தார். வாத்தியார் நாமம் போட்டவர்களிடம் இராமாயணத்தையும், பூசை போட்டவர்களிடம் பெரிய புராணத்தையும் பேசினார். அடுத்து வந்த விஜயதசமியின்போது வாத்தியார் பள்ளிக்கூடத்தைத் தொடங்கினார்.

வகுப்பறை, நாற்காலி, பெஞ்சு, கரும்பலகை, சாக்கட்டி, வருகைப் பதிவு, விளையாட்டு மைதானம், நோட்டுப் புஸ்தகம் எதுவும் அந்த நாளில் கிடையாது. தடுக்கில் நாங்கள் அமர்வோம். ஆரம்பத்தில் நான், சிவலிங்கம், வாத்தியார் மகள் புஷ்பவல்லி, கோனார் வீட்டுப் பையன் கோவிந்தன், குடியானவத் தெருவில் இருந்து செண்பகராயன், முத்து, மல்லா ஆகியோர்தான் ஆரம்ப காலத்து மாணவர்கள். எங்கள் முன்னால் ஆற்று

மணல் பரப்பி, அந்த மணல் மேல் வாத்தியார் 'ஹரி நமோத்து சிந்தம்' சொல்லி, தமிழ் எழுத்தைக் கற்பித்தார். வகுப்பு நேரம் என்ன என்கிறாய். விடியற் காலமே ஏழு மணிக்கு முன்னதாக நாங்கள் திண்ணையில் அவரவர் இடத்தில் அமர்ந்திருக்க வேண்டும். மத்தியானம் வாத்தியாருக்குப் பசிக்கிற நேரத்தில் பள்ளிக்கூடம் விடும். சாப்பிட்டுக் கை ஈரம் உலருமுன்னே, நாங்கள் பள்ளிக்கூடத்தில் இருப்போம். இருட்டிய பிறகு வீடு திரும்புவோம். இங்கிலீஷ் எல்லாம் கிடையாது. அதுக்குக் கும்பகோணம்தான் போகவேணும். நடுநிலைப் பள்ளியில் ஆறு, ஏழாம் வகுப்புகளில் எடுத்துக் கொள்வார்கள்.

வாத்தியார் ஆத்திச்சூடியில்தான் எங்கள் படிப்பைத் தொடங்கி வைத்தார். அப்புறம் கொன்றை வேந்தன், மூதுரை, அப்புறம் அறப்ளீசுரசதகம், இப்படிப் போயிற்று எங்கள் படிப்பு. எல்லம் மனப்பாடம்தான். இப்போ மாதிரி, இரண்டாம் கிளாசுக்கே நோட்ஸ் வருதே, அதெல்லாம் எங்கள் காலத்தில் இல்லை. அதனாலதான் எங்கள் மனசில் அன்றைக்குப் படித்த படிப்பு கல்மேல் எழுத்து மாதிரி அப்படியே பதிஞ்சு கிடக்கு.

ஒரு முக்கிய விஷயம் சொல்லணும். அந்தக் காலத்தில் பெண்கள் சுத்தமாகப் படித்திருக்க மாட்டார்கள். மூடத்தனம் அவர்களுக்கு ஓர் ஆபரணம், அதையும் உடைக்கப் பெரு முயற்சி செய்தார் வாத்தியார். வீடு வீடாகப் போய் காலில் விழாதக் குறையாகப் பெற்றவர்களிடம் பேசி, பெண் குழந்தைகளைப் பள்ளிக்கு அழைத்து வந்தார். அதற்கும் ஒரு கண்டிஷன். பெண்களுக்குத் தனி இடம், தனி கவனிப்பு. பத்து வயசு வரைதான் பள்ளிக்கு அனுப்புவேன். தாய்மாமன் சம்மதித்தால்தான் பள்ளிக்கூடம். வயசுக்கு வரும் பக்குவத்தில் பள்ளியிலிருந்து பெண்கள் நிறுத்தப்படுவார்கள்... இப்படியெல்லாம்.

வாத்தியார் மகள் புஷ்பவல்லி வயசுக்கு வந்த பிறகும் எங்களுடன் அமர்ந்து படித்துக்கொண்டிருந்தாள் என்பது ஒரு விசேஷம்! வாத்தியாருக்கு, அறுப்பு சமயத்தில் ஊர் தனக்காரரும், மற்றும் சிலரும் நெல் அளந்தார்கள். களத்துக்கு வாத்தியாரும் அவர் மனைவியும் சணல் சாக்கோடு வந்து நின்று காத்துக் கிடக்கிற காட்சி, இன்று நினைத்துக்கொண்டாலும் மனசில் இரத்தம் வடியும் வைத்தி. வண்ணார், பரியாறி, ஊர்க் காவல் எல்லாருக்கும் படி அளந்து பிறகு வாத்தியாரைக் கூப்பிடுவார்கள். எந்தக் காலத்தில்தான் படிச்சவனுக்கு மரியாதை தந்திருக்கிறோம்?

வாத்தியாரை நீ பார்த்திருக்க வேண்டுமே? கோதுமை நிறம், இராமலிங்கசாமி மாதிரி. ஊரில் இருக்கும்போது லாங்கிளாத் துணியால் தன் மேலை மறைத்துக்கொண்டிருப்பார். வியாஜ்ஜியம் காரணமாகப் பெரிய தனக்காரருக்குத் துணையாகக் கும்பகோணம் போகும்போது சட்டையும் அதன் மேல் ஆல்பாக்கா கோட்டும் தோளில் அங்கவஸ்திரமும் அணிவார். அழகான சின்னஞ் சிறு குடுமி. அவர் கண்களைப் பார்த்திருக்கணும் நீ! சாந்தம், சாந்தம்னு சொல்றோமே, அதை அவர் கண்ணில்தான் நான் பார்த்திருக்கேன். பெரிய ஞானிகளுக்கும், வீரனுக்கும்தான் அந்த சாந்தம் லபிக்கும். நமக்கெல்லாம் கண் அலையும். கண்ணை மூடினா, மனசு அலையும்.

கும்பகோணத்தில் ஆறாம் வகுப்பில் சேர நான் போனேன். வாத்தியாருக்கு வேஷ்டியும் துண்டும். அவர் சம்சாரத்துக்குப் புடவையும், சோளித் துண்டும், அவர் பெண் புஷ்பவல்லிக்குத் தாவணி, பாவடையும், பணமும் தங்கக் காசு ஒன்றும் தட்சணையாக வைத்துக் கொடுத்தார் அப்பா. வாத்தியார் கண்ணீர் மல்க என்னை வாழ்த்திய காட்சி இன்னும் என் நினைவில் இருக்கு வைத்தி. ஊர் எல்லை வரை மாட்டு வண்டிக்குப் பின்னே வந்து என்னைப் பிரிய முடியாமல் பிரிந்தாள் புஷ்பவல்லி.

பெரிய தனக்காரர் மகன் சிவலிங்கம் ஊரிலேயே இருந்தான். ஒற்றைக்கு ஒரு மகன். இருக்கிற சொத்தைக் கட்டி ஆண்டால் போதும் என்று விட்டார் தனக்காரர். கொஞ்ச நாள் பள்ளிக்கூடத்துக்கு வந்து போய்கொண்டிருந்தானாம் சிவலிங்கம். அப்புறம் அவன் செய்கிற விஷயம் பொறுக்க முடியாமல், அவனைப் பள்ளிக்கு வர வேண்டாம் என்று சொல்லி விட்டாராம் வாத்தியார். பெண்கள் வேறு படிக்கிறார்களே!

நான் விடுமுறையில் வரும் போதெல்லாம், சிவலிங்கத்தைப் பார்த்துப் பேசத் தவறுவதில்லை. நான் பள்ளி இறுதி வகுப்பு முடித்துக் கல்லூரியில் சேர்ந்தேன். சிவலிங்கம் மைனராகத் திரிந்தான். கழுத்தில் தங்கசெயின், மஸ்லின் ஜிப்பா, வெளியே தெரியும் வலை பனியன், மயில் கண் வேஷ்டி, வேஷ்டியை இறுக்கிக் கட்டிய பெல்ட், கையைச் சுருட்டி புஜத்துக்கு ஏற்றியிருப்பான். எந்நேரமும் வெற்றிலைச் சீவல், போதாதென்று கையில் வில்ஸ் சிகரெட் டின்னும் தீப்பெட்டியும்! சிவலிங்கம் படிக்கவில்லை என்றால் என்ன பள்ளிக்கூடம் வளர்ந்தது. அதை அரசாங்கம் தொடக்கப் பள்ளியாக அங்கீகாரம் செய்திருந்ததாக அறிந்தேன்.

வாத்தியாரைப் பார்க்கப் போகையில் புஷ்பவல்லியையும் பார்த்துப் பேசினேன். வாத்தியார் முகத்தில் மகிழ்ச்சி தெரிந்தது. புஷ்பவல்லி தேர் மாதிரி வளர்ந்திருந்தாள்.

"மேலே படிக்க வேண்டியதுதானே?" என்று கேட்டேன்.

"அம்மா போனப்புறம் அப்பாவுக்கு சமைத்துப் போடவும், பள்ளிக்கூடத்தை மேற்பார்வை பார்க்கவும் வேண்டியிருக்கே" என்றாள். உண்மைதான். "எனக்கும் சேர்த்து நீயே படி" என்றாள். அவள் கண்களில் உண்மையான அன்பும், நிறைவும் தெரிந்தது. அந்த முறை எனக்கு அவள் ஒரு பேனா கொடுத்தாள். ஒரு கன்னங்கரிய 'பிளாக் பேர்ட்' பேனா.

"ஊருக்கு வரும்போதெல்லாம் வா" என்று வேண்டிக்கொண்டாள். வாத்தியார் அவளுக்கு மாப்பிள்ளை பார்த்துக்கொண்டிருந்ததாகச் சொன்னார். பையன் படித்திருக்க வேண்டும் என்றார்.

"நாளை மத்தியானம் சாப்பாடு உனக்கு இங்கதான்" என்றாள் புஷ்பவல்லி. போயிருந்தேன். கத்தரிக்காய் சாம்பார், உருளைக் கிழங்கு வறுவல், வெண்டைக்காய் பருப்பு உசிலி, கேரட், தயிர் பச்சடி, மசால் வடை, பாயாசம், அப்பளம் என்று அமர்க்களப்படுத்தி விட்டாள்.

"என்ன தடபுடல்?" என்றேன்.

"அடுத்த வாட்டி நீ வரும்போது, நான் இங்கே இருப்பேனோ அங்கே இருப்பேனோ?"

"அங்கேன்னா எங்கே?"

"விளங்கலையா?"

"நிஜம்மா?"

"நிஜம்மாதான்! அங்கேன்னா எங்கே?"

"போ முத்து, எனக்கு வெட்கமா இருக்கு."

புஷ்பவல்லிக்கு வெட்கம் அழகாகத்தான் இருந்தது. முகம் அல்லி மாதிரி சிவந்து விட்டது. வாத்தியார் கண் நிறைய பூரிப்போடு எங்கள் இருவரையும் பார்த்துக்கொண்டிருந்தார். நான் விடுவேனா?

"அங்கேன்னா! எங்கன்னு சொல்லலையே"

"என் வீட்டுக்காரர் ஊரிலே."

சொல்லிவிட்டு முகத்தைக் கைகளால் மூடிக்கொண்டாள்.

"அதுதான், அவளை நான் கடைசியாகப் பார்த்தது"

"ஏன் கல்யாணம் ஆகிவிட்டதா?"

"இல்லை, செத்துப் போனாள். தற்கொலை"

நான் பட்டப்படிப்பின் இரண்டாம் ஆண்டு படித்துக் கொண்டிருந்தேன். என்னைத் தேடி தபால்காரர் வந்திருப்பதாகச் சொன்னார்கள். நான் வகுப்பிலிருந்து எழுந்து வெளியே வந்தேன். தபால்காரர் இல்லை. ஊரிலிருந்து வந்த ஆள். என்ன என்றேன். புஷ்பவல்லி செத்துப் போயிற்று என்றார்கள். நான் போவதற்குள் பஞ்சாயத்தார் முடிவு பண்ணிப் புதைத்து விட்டிருந்தார்கள். வாத்தியார் பேசும் நிலையில் இல்லை. நான் இரண்டு நாட்கள் தங்கியிருந்தேன். புறப்படும்போது பஸ் நிலையம் வரை வந்தார் வாத்தியார். பஸ்சுக்குப் பின்னால் கரி போட்டு சக்கரத்தைச் சுற்றிக்கொண்டிருந்தார்கள். இன்னும் பஸ் கிளம்ப நேரம் இருந்தது.

"இப்பவாவது சொல்லுங்கள். புஷ்பவல்லி எப்படிச் செத்தாள்? வயிற்றுவலிதான் காரணமா?"

"இல்லை"

"வேறே?"

"அவமானம் தாங்காமல் செத்துப் போனாள்."

"அவமானமா?"

"ஆமாம்... மனம் விரும்பாத ஒருத்தன் தொட்டுட்டா சில பெண்கள் உடம்பை அழிச்சிக்கிறதில்லையா?"

"யார் அவன்?"

"நடந்து விட்ட சமயத்தில் யாரோ வரும் சப்தம் கேட்டு ஓடியிருக்க வேண்டும். இடுப்பு பெல்ட்டும், வில்ஸ் சிகரெட்டின்னும் மட்டுமே சாட்சியங்களாக இருந்தன."

"போலீசில் இதை நீங்கள் சொல்லியிருக்கணும் சார்."

அவர் சில கணங்கள் மௌனமாக இருந்து விட்டுச் சொன்னார்.

"புஷ்பவல்லி ஏறக்குறைய கரெஸ்பாண்டென்ட் மாதிரி வேலை பார்த்தவள். விஷயம் இப்படி ஆயிற்று என்று சேதி வெளியே போனால், பள்ளிக்கூட வளர்ச்சி பாதிக்கப்படும். பெண்கள் படிக்க வருவது நின்றுவிடும். சிவலிங்கத்தை ஜெயிலுக்கு அனுப்பி விடலாம். அதனால் வரும் கேடுகளை

யோசிக்க வேண்டாமா? போனவள் திரும்பி வரப் போகிறாளா? பள்ளிக்கூடம் அதன் கௌரவம் முக்கியம் இல்லையா? பொது நன்மையை உத்தேசித்து நம்ம தனிப்பட்ட சுக துக்கங்களைக் கட்டுப்படுத்திக்க வேண்டாமா?"

"சரி சார், ஆனாலும் ஓர் அயோக்கியனை இப்படி உலவ விடலாமா? கல்லெறிந்து கொல்ல வேண்டாமா?"

வாத்தியார் அமைதியாகச் சொன்னார்.

"நாம் உயிரைக் கொடுத்தோமா? அதை எடுக்க நமக்கென்ன உரிமை? அவன் மனம் அவனைக் கொல்லுமே. அவனும் ஒரு நாளைக்குத் திருந்தத்தான் செய்வான்"

நான் புறப்பட்டேன்.

"வாத்தியார் சொன்னபடி, தொடக்கப்பள்ளி நடுநிலைப்பள்ளியாகியது. உயர்நிலைப் பள்ளியாகி, இப்போ பொன்விழாவும் கொண்டாடுது. நானும் கலந்துக்க வந்துட்டேன். வாத்தியார் நிறைய வாழ்வு வாழ்ந்து எழுபதாவது வயசுலதான் இறந்தார்"

"சாரை நானே பார்த்திருக்கேனே. தள்ளாத வயசுல, தானே பொங்கித் தின்னுக்கிட்டு, தானே தன் வேஷ்டியைத் துவைச்சுக்கிட்டு, ஊருக்கு உபகாரியா, உத்தமரா வாழ்ந்து செத்தார்."

"அவர் இருந்து பார்க்க வேண்டிய கொண்டாட்டத்தை நான் இருந்து செய்ய வேண்டி வந்ததே"

அண்ணா வருத்தம் நன்றாகவே தெரிந்தது.

"அப்பா, கோயில் வரைக்கும் போய் வரோம். நானும், அம்மாவும்." என்றபடி உள்ளே இருந்து வந்தாள், ஓர் இருபது மதிக்கத்தக்கப் பெண்.

"சரியம்மா" என்றவர், என்னைக் காட்டி, "என் சிநேகிதர். அடிக்கடிச் சொல்வேனே, அந்த வைத்தியநாதன். இவ என் பெண் புஷ்பவல்லி."

அந்தப் பெண் என்னை வணங்கிவிட்டு உள்ளே போனாள்.

"ஆமா, யார்தான் சாக முடியும்? உடம்பு மண்ணுக்குப் போறது, சாவா? நினைவுகள்லே மனுஷர் என்னைக்குமே ஜீவிக்க முடியுமே... அதுதான் அமரத்துவம்."

தீர்க்கமாகச் சொன்னார் அண்ணா.

1989

அப்பாவின் வேஷ்டி

அப்பாவிடம் ஒரு பட்டு வேஷ்டி இருந்தது. அப்பாவிடம் வெண்பட்டும், பொன்னிறப் பட்டு வேஷ்டிகளும் நிறைய இருந்தாலும்கூட, குழந்தைகளாகிய எங்களுக்கு அவருடைய சிவப்புப் பட்டு வேஷ்டியே அற்புதமானதாகத் தோன்றியது.

சிவப்பென்றால் சுத்தச் சிவப்பும் இல்லை. குங்கும வண்ணமும் இல்லை. செப்புப் பாத்திரத்தைப் புளிபோட்டு விளக்கிப் படிக்கல்லில் வைத்து விட்டுக் குளிப்பார்களே. அப்போது பார்த்திருக்கிறீர்களா நீங்கள்?! உதயகாலத்துச் சூரிய ரேகைகள் பட்டுத் தகதகக்குமே அந்தச் செப்புப் பாத்திரம் அது மாதிரியான வேஷ்டி அது.

முழுதும் செப்புக் கலரும் இல்லை. கரை பச்சை நிறம் நாலுவிரல் அகலம். கரையில் சரிகை வேலைப்பாடுகள். சரிகை வேலைப்பாடு என்ன என்கிறீர்கள்? வாத்துகள் ஒன்றன் பின் ஒன்றாக அணிவகுத்துச் செல்கிற சித்திரம். அவை வாத்துகள் அல்ல. அன்னப்பறவைகள் என்றாள் அம்மா. நாங்கள் அன்னப் பறவைகளை நிஜத்தில் பார்த்ததில்லை. அந்த வேஷ்டியின் கரையில்தான் பார்த்திருக்கிறோம். எதுவானால்தான் என்ன? உயிருள்ள ஜீவராசிகள்.

அந்த வேஷ்டி சாதாரணமாகக் கண்களில் காணக் கிடைப்பதில்லை அப்பா, அதை அவருடைய ஆளுயர, மிக அகலமான அலமாரியில் வைத்திருப்பார். அந்த மாதிரி அலமாரிகள் எல்லாம் இப்போது கிடைப்பதில்லை. ஒற்றை ஆள் அகலம் தானே

இப்போதைய அலமாரிகள். அதுவோ மூன்று அலமாரிகளைப் பக்கம் பக்கமாக நிறுத்தி வைத்தது போல் இருக்கும்.

அப்பா அலமாரியில் இருந்து அதை எடுக்கப் போகும் நேரம் எங்களுக்குத் தெரியும். எனக்கும் என் தங்கை ராஜேஸ்வரிக்கும். பண்டிகை, மற்றும் தாத்தாவுக்கு தெவஷம் முதலான நாட்களில்தான் அது வெளி வரும். அந்த நாட்கள்தான் எங்களுக்கு முந்தியே சொல்லப்பட்டிருக்குமே! அப்பா குளித்து விட்டு வந்து அந்த வேஷ்டியைத்தான் எடுத்து உடுத்துவார். அப்பா எப்போது குளித்து விட்டு வருவார் என்று தவம் கிடப்போம், அலமாரிக்கு முன்னால்.

அப்பாவுக்குக் குளிக்க ஒரு மணி நேரம் அவசியப்படும். அநியாயத்துக்கு ஏன் அவர் தாமதம் பண்ணுகிறார் என்று இருக்கும். அது குழந்தைப் பருவம். கேள்விகளால் மட்டுமே ஆன பருவம். இப்போது தெரிகிறது. குளிப்பது அழுக்குப் போகவா? அழுக்குப் போகக் குளித்தது யார்? குளிப்பது ஒரு சுகம். உச்சந்தலையில் விழுந்த குளிர்ச்சி வழிந்து வழிந்து பாதத்துக்கு வருகிற இன்பத்துக்குத் தானே குளிப்பது. குளித்த பின் ஏற்படுகிற புத்துணர்ச்சிக்குத் தானே குளிப்பது? அப்பா ஒரு மணி நேரம் எடுத்துக்கொண்டது நியாயம் என்றே தோன்றுகிறது.

சரி! குளித்ததும் சட்டுப் புட்டென்று வந்து வேஷ்டியை எடுப்பார் என்றா நினைக்கிறீர்கள்? அதுதான் இல்லை. குளித்தும் கோமணத்தோடு வாசலுக்கு வந்து நின்று விடுவார். ஈரத்தைப் பாதி தானும், மீதி சூரியனும் துடைக்க வேணும். நாங்கள் அப்பாவையே பார்த்துக்கொண்டு இருப்போம். நீர் முத்துக்கள் அவர் முதுகில் கோடு கிழித்துக்கொண்டு இறங்குவதைப் பார்க்க வியப்பாய் இருக்கும். அவர் முதுகே ஒரு பெரிய தாமரை இலையாகவும், நீர்கள் முத்துக்களாகவும் தோணும். நிதானமாகவும், அங்குலம் அங்குலமாகவும் துடைத்து ஈரம் போக்குவார். அப்பாவின் உடம்பு சிவந்து போய்விடும். ஏற்கெனவே அவர் சிவப்பு, குளித்தபின் உடம்பு பழுத்து விட்டது மாதிரி இருக்கும்.

"மணியாகுது சீக்கிரம் வந்து படைச்சா என்ன?" என்பாள் அம்மா. இதைக் கோபமாகவும் குற்றச்சாட்டாகவும் சொல்வாள் என்கிறீர்களா? இல்லை! இன்னும் கொஞ்ச நேரம்தான் ஆகட்டுமே என்று அப்பாவைத் தட்டிக் கொடுப்பது போல் இருக்கும்.

கூரை எரவானத்தில் ஒரு கையை வைத்துக் குனிந்து, வாசலில் நிற்கும் அப்பாவைப் பார்த்துச் சிரித்துக்கொண்டு அம்மா இதைச் சொல்கையில் எங்களுக்குக் கோபம் கோபமாய் வரும்.

அப்பாடா! ஆச்சு, ஒரு வழியாகக் குளித்து முடித்துத் துவட்டிய துண்டை இடையில் கட்டிக்கொண்டு கோமணத்தை உருவிப் பிழிந்து, பத்துத் தடவை ஈரத் தூசி பறக்க உதறி உதறி வாசலில் கட்டியிருக்கும் கொடியில் காயப் போடுவார். அது காற்றில் பறந்து விடாமல் இருக்க, முனைகள் இரண்டையும் பிடித்து முடிச்சுப் போடுவார். அப்புறம் தலைமுடியை, தலையைக் கவிழ்த்துக் தட்டித் தட்டி ஈரம் போக்குவார். தெறிக்கும் நீர்த்தூசுகள், சின்னஞ்சிறு கொசுக் கூட்டம் மாதிரி இருக்கும்.

அப்புறம் கூடத்துக்கு வருவார் அப்பா. சடாரென்று வந்தால் தேவலையே! அதுதான் இல்லை. கூடத்து மிதியடியில் காலை இப்படி அப்படிப் புரட்டிப் புரட்டி நன்கு மணல், மண்போகத் துடைப்பார். காலில் ஒரு துளி அழுக்கு இருக்காது. அழுக்கு அவரது ஜென்மப் பகை ஆச்சே! எங்களுக்குத் தெரியுமே. அப்புறம்தான் அலமாரியைத் திறப்பார் அப்பா.

அந்தக் கணம் ஓர் அபூர்வமான கணம். கதவைத் திறந்ததும் குபீரென்று பச்சைக் கற்பூர வாசனை வந்து தாக்குமே, சிலிர்க்க அடிக்குமே உடம்பை, அந்தக் கணம். அதற்காகத்தானே காத்திருக்கிறோம். இத்தனை நாழி காத்திருக்கிறோம். நாங்கள் மூக்கு, வாய் இரண்டையும் கரை மீன் திறப்பதுபோலத் திறந்து திறந்து மூடி அந்த வாசனையை அனுபவிப்போம். அலமாரிக்குள் ஒரு சின்ன ஜாதிக்காய் பெட்டி வைத்திருப்பார். அந்தப் பெட்டிக்குள் என்ன இருக்கும்? ஒரு நாள் "அப்பா... அப்பா... அந்தப் பெட்டியை எனக்குக் காட்டுப்பா!" என்றேன். அப்பா சிரித்துக்கொண்டே என்னைத் தூக்கிப் பெட்டியண்டைக் காட்டினார். ஒரு வெள்ளைத் துண்டில் சுற்றி வைக்கப்பட்ட வேஷ்டி, சுருள் சுருளாகச் சுற்றி வைக்கப்பட்ட காகிதம். (பத்திரங்கள் என்று பின் நாளில் தெரிந்துகொண்டேன்) ராணி ராஜா படம் போட்ட நோட்டுகள், தங்கக் காசுகள், அப்பாவுடைய சிவுப்புக்கல் வெள்ளைக்கல் மோதிரங்கள் எல்லாம் இருந்தன. ராஜி பொறுத்துக் கொள்வாளா என்ன? "நானும் பார்க்கணும்பா..." என்றாள். அப்பா அவளையும் பெட்டித் தரிசனம் பண்ணி வைத்தார்...

அப்பா இப்போது அந்தப் பெட்டியைத் திறந்தார். ஜாக்கிரதையாக அந்தச் சிவப்பு வேஷ்டியை எடுத்துக்கொண்டு அறைக்குள் போனார். துவைத்துக் காயப்போட்ட அன்டிராயர்கள் அப்பா அறையில், கொடியில் தொங்கும். அவைதான் எவ்வளவு பெரியவை. ஒன்றை வெட்டி ராஜிக்கு பாவாடையும், சட்டையும் தைக்கலாம் என்று இருக்கும். அப்பா முட்டி வரை நீளும், அந்த அன்டிராயரைப் போட்டுக்கொண்டு, அதன் மேல் வேஷ்டியைக் கட்டிக்கொண்டால்தான் அப்பாவுக்கு நிற்கும்!

அப்பா வேஷ்டியைக் கட்டிக்கொண்டு வெளியே வருவார். அடடா... நெருப்பைச் சுற்றிக்கொண்டு வருவது போல் அல்லவா இருக்கும்... அந்த வேஷ்டியில்தான் அப்பா எவ்வளவு அழகாகத் தெரிந்தார். அவரால் அந்த வேஷ்டிக்கு மகிமையா, அல்லது அந்த வேஷ்டியாலா? அப்பாவை அப்போது கட்டிக் கொள்ள வேண்டும் போல் இருக்கும். கட்டிக் கொள்வேன். பச்சைக் கற்பூரத்தின் வாசனையோடு அந்தப் பட்டு சில்லென்று குளிர்ச்சியாய், பாப்பாவின் கன்னம்போல மிருதுவாய் இருக்கும். அதைத் தடவித் தடவிச் சந்தோஷம் கொள்வேன்.

அந்த வேஷ்டியோடுதான் பண்டிகை மற்றும் விசேச நாட்களில், தெவஷத்தின்போது அப்பா பூஜை எல்லாம் செய்வார். பூஜை என்றாலே எனக்கு நினைவில் நிற்பவை இரண்டு விஷயங்கள்தான். ஒன்று, சாப்பாடும் அன்றைக்கு சீக்கிரம் ஆகாது, தாமதம் ஆகும். வடை, பாயசம் என்று பட்டியல் நீள்வதால் அப்படி. ரெண்டாவது, அந்த நாட்களில் இனிப்புப் பட்சணங்கள் கட்டாயம் இருக்கும். தவிர சொந்தக்காரர்கள் நிறையப்பேர் வருவார்கள். மரம் ஏறிய கையோடு குடுக்கையும், வடமுமாகச் சிலர் வருவார்கள். தென்னை மரத்தைத் தேய்த்து ஏறிய காரணமாகவும், கள்ளுக்குப் பானை சீவியதன் காரணமாகவும் அவர்கள் மேல் கள்நெடி அடிக்கும். கள் வாசனை பூவைப்போலவே நல்ல வாசனைதான். சாப்பிட உட்காருவதற்காகக் குடுக்கையைச் சுவர் ஓரம் சாய்த்து வைப்பார்கள். அதில் உள்ள அரிவாளின் பளபளப்பு என்னைக் கவர்ந்த ஒன்று. அதைக் கையில் எடுத்து பார்க்கும் தைரியம்தான் இன்று வரை ஏற்படவில்லை. அந்த அரிவாளின் கூர்மையும் பட்டின் பளபளப்பும் சமம்.

இளமைக் காலத்தில் எனக்குள் ஒரு லட்சியம்தான். பெரியவர்கள், “நீ பெரியவன் ஆனதும் என்னை செயப் போகிறாய்?” என்று கேட்பார்கள். அப்பாவும், அம்மாவும்

எனக்கு உருவேற்றி இருந்தார்கள். டக்கென்று பதில் சொல்வேன். "நான் டாக்டராவேன்..." இல்லையெனில் "நான் இன்ஜீனியர் ஆவேன்" என்று சமயத்தில் ஞாபகத்துக்கு வந்ததைச் சொல்வேன். கேட்டவர்கள் திகைத்துப் புருவத்தை மேலே உயர்த்தி என்னைப் பார்ப்பார்கள். அப்பாவுக்கும் அம்மாவுக்கும் பெருமை நிலை கொள்ளாது.

ஆனால், இந்த டாக்டர் பெருமையும், இன்ஜினீயர் பெருமையும் என் மனசுக்குள் இல்லை. பெரியவர்களுக்கு முன் நான் பொய்தான் சொன்னேன். இந்தப் பொய் ரசிக்கத்தக்க பொய். பெரியவர்கள் துண்டமாக்கிக் கொடுத்திருந்த இதை அவர்களிடமே திரும்பவும் நான் வீசினேன். சந்தோஷமாக வாலை ஆட்டிக்கொண்டு அவர்கள் அதை விழுங்கிக்கொண்டார்கள்.

இதைச் சொல்ல வெட்கம் என்ன? எனக்குப் பெரியவன் ஆனதும் அப்பாவின் வேஷ்டியைக் கட்டிக் கொள்ள வேண்டும். இதுவே என் லட்சியமாக இருந்தது. நான் பெரியவன் ஆக ஆசைப்பட்டது இதற்காகத்தான். பெரியவன் ஆனால் அப்பாவைப்போல மீசை முளைக்குமே? மார்பில் சுருள் சுருளாக முடி முளைக்குமே. முக்கியமான விசேஷ நாட்களில், அந்த சிவப்புப் பட்டு வேஷ்டியைக் கட்டிக்கொண்டு நான் சாமி கும்பிடுவேனே. நான் பெரியவன் ஆக வேண்டுமே!

மடித்தே வைக்கப்பட்டுக் கிடந்ததால், அந்த வேஷ்டி எப்போதும் மடிப்புக் குலையாமல் இருக்கும். மடிப்புகள் பிரிக்க முடியாதனவாக இருக்கும். கடைசி வரை அன்னங்கள் முழுமையாகவே இருந்தன. சரிகைக் கரை இற்று வழிவில்லை. நெசவு நேர்த்தி அப்படி. அது அந்தக் காலத்துக் கை வேலைத் திறன். அவசர வாகன யுகம் தோன்று முன்பே தோன்றிய ஒரு நெசவுத் கலைஞனின் கை நேர்த்தி அப்படி உருவாகி இருந்தது. 'இதை எங்கு வாங்கியது?' என்று அப்பாவிடம் கேட்டு வைத்துக் கொள்ளவில்லை. நான் காவிரிக் கரையில், சோற்றுக்குப் பஞ்சம் இல்லாத, வெற்றிலைப் பாக்குப் போட்டு சிவந்த வாயுடன், உடம்பில் இளஞ்சூடு பரவிய திருப்தியில் ஒரு மனிதன் தன் மனைவியோடு சேர்ந்து நெய்த வேஷ்டியாக இது இருக்க வேண்டும். மாயவரம், கூறைநாடு, திருபுவனம் என்று ஏதாவது ஒன்றாய் இருக்கக் கூடும். பிறப்பிடம் மூலம் எதானால் என்ன? பிறந்த பயனை? கர்மாவைக் குறைவற பரிபூரணமாகச் செய்தது அது என்பது சத்தியம்.

எனக்கு கல்யாணங்களுக்குப் போவதில் அந்தக் காலத்தில் பெருத்த ஆர்வம் இருந்தது. காரணம் இதுதான். மாப்பிள்ளை பட்டுடுத்திக்கொண்டு இருப்பார். பட்டு வேஷ்டியைப் பார்ப்பதே இன்பமான அனுபவமாக இருக்கும். எத்தனை, எத்தனை வகையான பட்டுடுத்திப் பெண்கள் கல்யாணங்களுக்கு வருகிறார்கள். பட்டுப் புடவைகளை வைத்துக்கொண்டு கல்யாணங்களுக்கு ஏங்குகிறார்கள் பெண்கள். கல்யாணங்களே உலகில் இல்லாது போனால் இந்தப் பெண்கள் கண்ணீர் வடிப்பார்கள். பட்டுடுத்தி யாரிடம் காட்டிப் பரவசப்பட்டுக் கொள்வது?

என் கனவுகள்கூட அந்தக் காலத்தில் பட்டாய் இருந்தன. கனவுகளில் அன்னப்பறவைள் அணிவகுத்து வரும். ஆகாயம் செம்புக் கலரில், கத்தியாய் மின்னும். அந்தச் செம்பு ஆகாயத்தின் ஊடே பச்சை நிறத்தில் ஒருநீளமான ஆறு. அந்த ஆற்றில் அந்த அன்னங்கள் நீந்தின.

அந்த வேஷ்டியை அப்பா துவைத்து நான் இரண்டு முறைப் பார்த்திருக்கிறேன். குழந்தைப் பாப்பாவைக் குளிப்பாட்டுவது மாதிரி இருக்குமே! அதற்குச் சுடு தண்ணீர் ஆகாது. பச்சைத் தண்ணீரில்தான் அதைக் குளிப்பாட்டுவார். சவுக்காரம் அதற்கு ஆகாதாம். ஆகவே சந்தன சோப்பைத்தான் அப்பா உபயோகிப்பார். அப்பா குளித்தது மைசூர் சந்தன சோப்பில். அதற்கும் முந்தி கதம்ப சோப்பில். பிரான்சில் இருந்து வந்த கதம் சோப். நாங்கள் கதம்ப சோப் என்போம். இறக்குமதி நின்று போனவுடன் மைசூர் சந்தன சோப். அதைத்தான் அதற்குப் போடுவார். சோப் போடுவது தடவிக் கொடுப்பது மாதிரி இருக்கும். அம்மா எங்களுக்கு எண்ணெய்த் தேய்த்து விடுகிற முரட்டுத்தனம் இருக்காது. அவ்வளவு மெது. கசக்கிப் பிழிய மாட்டார். மெதுவாக நீரில், அகலவாக்கில் வேஷ்டியின் முனைகளைப் பிடித்துக்கொண்டு அலசுவார். பிறகு, தண்ணீர்த் துளி எங்கள் மேல் தெறிக்க, உதறுவார். ரொம்பவும் உதறக்கூடாது. நாள்பட்ட துணி கிழிந்து விடக் கூடும். உதறும்போது, மழைச் சாரலில் நிற்பது போல் இருக்கும் எங்களுக்கு. அப்புறம் நிழலில் காயப் போடுவார். வெயில் பட்டால் நிறம் வெளுக்கக் கூடும். காய்ந்ததும் அப்பாவக்குச் சொல்ல வேண்டியது எங்கள் பொறுப்பு. நாங்கள் மாற்றி மாற்றி அஞ்சு நிமிஷத்துக்கு ஒருமுறை துணியைத் தொட்டுப் பார்த்துக்கொண்டே இருப்போம், காய்ந்து விட்டதா

என்று பார்ப்பதற்காகத்தான். எங்களுக்கு இது ஒருசாக்கு. அந்தச் சாக்கில் வேஷ்டியைத் தொட்டுப் பார்த்துக்கொண்டே இருக்கலாமே!

சாயங்காலம் வாக்கில் வேஷ்டிக் காய்ந்து விட்டிருக்கும். அப்பாவிடம் சொல்ல ஓடுவோம். அப்பாவே வந்து, நிதானமகா அதைக் கொடியில் இருந்து எடுத்து, மூலை பிசிறில்லாமல் இழுத்து மடித்து, மீண்டும் அந்தப் பெட்டிக்குள் வைத்து விடுவார். இனி அதன் உபயோகம், அடுத்த நல்ல நாளில்தான்.

நாளடைவில் எனக்கும் மீசை முளைத்தது. ஒரு சிநேகிதனின் சகோதரிக்கு லவ் லெட்டரும் கொடுத்தேன். உதை வாங்கினேன். நியாயம் தானே! அப்புறம் கல்லூரிக்குச் சென்றேன். என்னமோ படித்தேன். என் மூளையை ஆக்கிரமித்துக் கொள்ள, எவ்வளவோ விஷயங்கள் இருந்தன.

என் கவனத்தைக் கவர எவ்வளவோ நிகழ்ச்சிகள், நடப்புகள். உலகம் ஜீவத் துடிப்போடு ஒவ்வொரு கணமும் அல்லவா பிறந்து இறந்து, பிறந்து இறந்து, தன்னைப் புதிப்பித்துக் கொள்கிறது. என் மனசில்தான் எத்தனை ஆவாகனங்கள். கம்பன், கதை சொல்லிகள், கொடி மரத்து மூலை வக்கீல் ஜெகந்நாதையர் மகள் உமா மகேஸ்வரி எல்லோரும் சேர்ந்து என்னை உருமாற்றி அடித்து விட்டார்களே, கம்பியை நகையாக்குவதுபோல...! இடையிடையே அந்தச் செப்புப் பட்டு வேஷ்டியும் என் நினைவில் ஆடும். நீ எங்கு, எவ்வாறு இருக்கிறாய்?

அதைப் போற்றிக்கொண்டாடி, பயன் துய்க்க அப்பா இல்லை. பெட்டியுள் இருக்கும் பாம்பென உயிர்த்துக்கொண்டிருக்கும் அது என்பது எனக்குத் தெரியும். ஆண்டுகள் பல கழிந்து ஒருமுறை சொந்த ஊருக்கு வந்தபோது ஒரு சம்பவம் நிகழ்ந்தது.

அப்போது விநாயக சதுர்த்தி வந்தது. நன்றாக நினைவு இருக்கிறது. ராஜி, கல்யாணம் செய்துகொண்டு போய்விட்டிருந்தாள். நான்தான் பிள்ளையார் வாங்கி வந்தேன். அச்சுப் பிள்ளையார்தான். மூக்கும் முழியும் கன கச்சிதம். இந்தச் சாமிதான் என்ன அழகான கற்பனை! என்னையே படைக்கச் சொன்னாள், அம்மா.

மனசுக்குள் ஒரு படபடப்பே எனக்கு ஏற்பட்டுவிட்டது. அந்தப் பெட்டிக்குள் இருக்கும் வேஷ்டியை நினைத்துத்தான். சுய நினைவின்றித்தான் குளித்தேன். ஈரம் போகாமல் துவட்டிக்கொண்டு, அப்பாவின் அலமாரியைத் திறந்தேன்.

அந்தப் பச்சைக்கற்பூர வாசனை இன்னும் இருந்தது. வாசனை போகாது போலும்! அனுபவித்தேன். உடன் ராஜி இல்லையே என்று வருத்தமாய் இருந்தது. ஜாக்கிரதையாகப் பெட்டியையும் திறந்தேன். அப்பாவின் மோதிரங்களைத் தவிர மற்றவை அனைத்தும் அங்கு இருந்தன. மோதிரங்கள், என் கல்லூரிக் கட்டணமாகவும், சாப்பாட்டுச் செலவாகவும் ஏற்கெனவே மாற்றம் அடைந்திருந்தன.

வேஷ்டியை வெளியே எடுத்தேன். அதன் மேல் சுற்றிய துண்டை நீக்கினேன். அதே குழந்தையின் மென்மை. அதே கத்தியின் பளபளப்பு. அதே வாசனை. கொஞ்சம்கூட நிறம் மங்கல் இல்லை.

இடுப்பில் சுற்றிக்கொண்டேன். மனசு அப்பாவை நினைத்துக்கொண்டது. மயிர்க் கால்கள் குத்திட்டு நின்றன. வாழை இலையைச் சுற்றிக்கொண்டது போல் இருந்தது. அவ்வளவு மழமழப்பு.

மனைப் பலகையை எடுத்துப் போட்டுக்கொண்டு, பிள்ளையாருக்கு முன் அமர்ந்தேன். ஓர் ஓசை, முனகலோடு வேஷ்டி உயிரை விட்டது. என் பின் பக்கத்து மடிப்புகள் தோறும் நீளம் நீளமாகக் கிழிந்திருந்தது. எழுந்து நின்றுகொண்டேன். இருட்டில் குழந்தையின் கையை மிதித்து விட்டாற் போல் இருந்தது.

அடுப்பங்கரையிலிருந்து அம்மா கொழுக்கட்டைப் பாத்திரத்தோடு வந்தாள்.

"என்னடா, கிழிஞ்சு போச்சா... போவட்டும்... அப்பா காலத்து வேஷ்டி! உனக்கு எப்படி உழைக்கும்... போயி, உன் வேஷ்டியைக் கட்டிக்கிட்டு வந்து காரியத்தைப் பாரு!" என்றாள் அம்மா.

நான் என் டெரிகாட்டன் வேஷ்டியை எடுத்துக் கட்டிக்கொண்டு, பிள்ளையாருக்கு முன் உட்கார்ந்தேன். டெரிகாட்டன் வேஷ்டிதான் எனக்குச் சரி என்று பட்டது. ஆனாலும் மனசுக்குள் எங்கோ வருத்தமாகத்தான் இருந்தது.

1985

அரி என்கிற நண்பன்

அரியை நான் முதன் முதலில் பார்த்தது குளத்தங்கரையில்தான். என் லீவு நாட்களில் நானும் விஜயராகவனும், கண்டக்டர் சத்திரத்துக்குளத்தில் மீன் பிடிக்கப் போவோம். காலி ஹார்லிக்ஸ் பாட்டில்கள், கெட்டுப் போன பல்புகள் சகிதம் குளத்தில் இறங்கும்போது, அங்கே ஒரு பையன் படியில் உட்கார்ந்திருப்பதைப் பார்த்தேன்.

முதலில் அவன் முதுகு தெரிந்தது. சின்ன மீன் முள்களைப்போல, அவன் முதுகில் முடி இருந்தது. குளத்தில் இறங்கி, அவன் முகத்தைப் பார்த்தேன். தலை முடியும் செம்பட்டை, அரை டிரவுசர் மட்டும் போட்டிருந்தான். தின்றுகொண்டிருந்தான் எனத் தெரிந்தது. கால்மாட்டில் கிழங்குத் தோல்கள், அணைத்தெறிந்த சுருட்டுத் துண்டுகளைப்போல.

சின்னக் குளம்தான். எப்போதும் பச்சைப் பாசியால் மூடப்பட்டிருக்கும். ஒரு பக்கம் மட்டும் கல்படிகள். சுமார் பத்துப் பன்னிரெண்டு கல்படிகள். வெகு தூரத்துக்குத் தென்னை மரங்கள், தென்னை மரத்துக்கு அப்பால் கள்ளுக்கடை.

முட்டி அளவு நீரில் நானும், கரையில் விஜயராகவனும் நின்றுகொண்டு மீனுக்குத் தயாராய் இருந்தோம். என் நேர் பார்வையில் அவன் உட்கார்ந்திருப்பது தெரிந்தது. ஓரக் கண்ணால் அவன் அடிக்கடி என்னைப் பார்த்துக்கொண்டிருந்தான். அவனும் என்னைப்போல மீன் பிடிக்க வந்தவன் எனக் கருதிக்கொண்டேன்.

எங்கள் கையில் அகப்படுவதெல்லாம் வெறும் குஞ்சுகள்தான். பெரிய மீன்கள் வெகு ஜாக்கிரதையானவை. தந்திரசாலிகள், தூண்டில்களில் அல்லது வலைகளில் மட்டும்தான் அவை சிக்குகின்றன.

கரைப்பக்கம் ஒதுங்கும் சின்ன மீன்களைப் கையாலேயே சேந்திப் பிடிப்போம். அல்லது கும்பல் கும்பலாக, படை படையாகக் கரைப் பக்கம் வரும் மீன் குஞ்சுக் கூட்டங்களைக் காலால் இடறி, இடறிய வேகத்தில் கரை மண்ணில் வந்து வீழ்ந்து துடிக்கிற மீன்களைப் பிடித்து, முக்கால் அளவு நீருள்ள பாட்டில்களில் போட்டுக் கொள்வோம். வளர்க்கத்தான். ஆனால் என்ன காரணத்தாலோ, இரண்டு மூன்று நாட்களுக்கு மேல் அவை பாட்டிலில் உயிர் தரிப்பதில்லை.

அடுத்த ஒன்றிரண்டு வாரங்களில் அவன் எனக்குச் சினேகிதமாகி விட்டான. சில முகங்களைத்தான் பார்த்துப் பேச முடிகிறது. அரியோடு பேச, பழக்கம் வைத்துக் கொள்ளத் தோன்றியது. அவனுக்கும் அப்படித்தான் இருந்திருக்க வேண்டும்.

தான் ஓர் 'அநாதை' என்று என்னிடம் அரி சொன்னான். அந்த வார்த்தையின் முழுப் பொருள் தெரியாமலேயே அப்போது "ஓகோ" என்று தலையை ஆட்டி வைத்தேன். இதை எழுதும்போது இப்போது தோன்றுகிறது. இத்தனை கோடி மனிதர்கள் வாழ்கிற இந்த உலகத்தில் யார்தான் அநாதையாக இருக்க முடியும்? எல்லாரும் இல்லாமல் ஆகி, தன்னந்தனியனாக வாழ நேர்கிற அந்தக் கடைசி மனிதன்தானே அநாதையாக இருக்க முடியும்?

நான் ஏழாம் வகுப்புப் படித்துக்கொண்டிருந்தேன். அரி, அந்தோணியார் கோயிலுக்கு எதிரில் இருந்த சிகை அலங்காரக் கடையில் வேலைப் பார்த்துக்கொண்டிருந்தான். முடி வெட்டவோ, சவரம் பண்ணவோ அவன் கற்றுக்கொண்டிருக்கவில்லை. உரிமையாளருக்கு டீ வாங்கிவர, பீடி வாங்கிக் கொடுக்க, மயிர்க் கற்றைகளைக் கூட்டிப் பெருக்கி, அதற்கென இருந்த கிளாஸ்கோ டின்னில் போட என்ற மாதிரி வேலைகளுக்கு அரி பயன்பட்டான்.

எப்படியோ மாலைகளில் கடையிலிருந்து கத்திரித்துக்கொண்டு என்னைப் பார்க்க வருவான். நேராக வீட்டுக்கு வந்து என்னைக் கூப்பிட முடியாது. சவரக் கடையில் வேலை செய்யும் பையனோடு படிக்கிற பையனாகிய நான் சினேகிதம் வைத்துக் கொள்வதை

என் அப்பா விரும்பவில்லை. “இன்னொரு வாட்டி அந்தப் பையனோடு சுத்தறத நான் பார்த்தேன்; உன்னைச் செருப்பால அடிப்பேன்...” என்றார் ஒரு நாள். இதற்குப் பிறகுதான், அரியோடு தினம் சுற்றுவது என்றாகிவிட்டது எனக்கு. ஒரு நாள் அரி சொன்னான். “இந்த மீன் குஞ்சுகளைப் பிடிச்சு அநியாயமா எதுக்குடா சாக அடிக்கிறீங்க. பாவம் இல்லையா?” நான் அதற்குப் பிறகு மீன் பிடிப்பதை நிறுத்தி விட்டேன்.

தெருவை ஒட்டியது என் அறை. தெருவோரம் நின்று நாக்கை வளைத்து மேலண்ணத்தில் சேர்த்து, ‘ட்டக்’ என்று ஒலி எழுப்புவான். எங்களின் சங்கேத பாஷை அது. நான் சட்டையை மாட்டிக்கொண்டு வெளியே வந்து விடுவேன். வெறும் உடம்போடு, கால் சட்டை மட்டும் போட்டுக்கொண்டு வருகிற அரியோடு, நல்ல சட்டை போட்டுக்கொண்டு வரும் எனக்கு ரொம்பக் கூச்சமாகவும், வருத்தமாகவும் இருக்கும்.

பஸ் ஸ்டாண்டு வழியாக நடப்போம். குறுக்காகச் சிக்கிக்கொண்டு பஸ்கள் சிரமப்பட்டு வழி கண்டுபிடிக்க அவஸ்தைப் படுவதை வேடிக்கைப் பார்த்துக்கொண்டு நிற்போம். அப்புறம், ‘ரத்னா டாக்கீஸில்’ மெயின் படம் தொடங்கும் வரை இசைத் தட்டுப் போடுவார்கள். அதைக் கேட்டுக்கொண்டு நிற்போம்.

இந்த அரிதான், சர்வ வல்லமை படைத்த இந்தியப் பேரரசின், பெரிய பல் சக்கரங்களில் ஒன்றாகிய தபால் இலாகவைப் புறங்கண்டவன்.

ஓதியஞ்சாலை மைதானத்தைச் சுற்றி அப்போதெல்லாம் பூவரசமரங்கள் வளர்ந்திருக்கும். சுகுமாரன் டீ கடைக்கு நேர் எதிரே குட்டை பூவரசு மரம் ஒன்று இருந்தது. குட்டை மரத்தை ஒட்டி மகமத் பாஷாவின் புகையிலைக் கடை, சிமென்டு படிக்கட்டு உள்ள கடை அது. அரி, மத்தியான நேரங்களில், குட்டை மரத்தின் கீழ், சிமென்ட் படியில்தான் உட்காருவான். ராத்திரிகளில் அந்தப் படியிலேயே படுத்து விடுவதும் உண்டு.

ஒரு மதியம் காக்கிச் சட்டை அணிந்த இரண்டு பேர் குட்டை மரத்தண்டை வந்தார்களாம். அரி என்னிடம் சொன்னான். அன்றைய சாயங்காலம் மரத்தின் கீழ் இவன் இருப்பதைப் பார்த்து, ஒருவன் “நகருடா” என்றானாம். அவன் கையில் சிவுப்பு பெயின்ட் அடித்த சின்ன தபால் பெட்டி இருந்தது. மற்றவன்,

ஒரு ஜான் நீள 'ட' ஆணியை எடுத்து மரத்தில் அடித்தான். பச்சை மரத்தில் சிவுக்கென்று இறங்கிற்று ஆணி. மரத்திலிருந்து நீர் சுரந்து பட்டையில் இறங்கியது. ஆணியில் பெட்டியை மாட்டித் தொங்கவிட்டுப் போய்விட்டார்கள்.

"பாவி, பச்சை மரத்துல ஆணி அடிக்கிறான் பார். தேவிடியாப் பய..." என்றான் அரி. நானும் அந்தச் சிவப்புத் தபால் பெட்டியைப் பார்த்தேன். ஒரு குழந்தையைத் தூக்கி இடுப்பில் வைத்துக்கொண்டிருக்கிற அம்மா மாதிரி இருந்தது மரம்.

"என் மண்டையிலே ஆணி அடிக்கிற மாதிரி இருந்துச்சுடா..." என்றான் அரி.

மூன்றாம் நாள் ராத்திரி அரி ஒரு காரியம் செய்தான். அடுத்த பல ராத்திரிகள் தூங்காமல் விழித்திருக்க வேண்டியிருந்தது அவனுக்கு. ராத்திரி ரெண்டாவது ஆட்டம் விட்டு ஜனங்கள் போன பின், ரோட்டில் கிடந்த சிறு சிறு கற்களைப் பொறுக்கித் தபால் பெட்டிக்குள் போட்டு வைத்தான். அதன் விளைவைப் பார்க்கவும் ஆசை இருந்தது அவனுக்கு. தபால் எடுக்கிற நேரம் சுகுமாரன் டீ கடையில் இருந்தவாறு கவனித்தோம். ஓர் இளைஞன் தபால் எடுக்க வந்தான். பெட்டியைத் திறந்தான். பொல பொலவென்று கற்கள் உதிர்ந்தன. திடுக்கிட்டுப் போய் இருக்க வேண்டும். அவன் இரண்டு புறமும் திரும்பிப் போகிற வருகிறவர்களைக் குறிப்பாகப் பார்த்தான். அவனால் ஒன்றும் கண்டு கொள்ள முடியவில்லை. ரெண்டடி முன்னால் வந்து ரோட்டைப் பார்த்து நின்றுகொண்டு அங்கிருக்கிறக் கடைகளைப் பார்த்து முறைத்தான். பிறகு தபாலை எடுத்துக்கொண்டு போய்விட்டான்.

அரிக்கு நான் ஒரு யோசனை சொன்னேன். ஒரு தண்ணீர்ப் பாம்பைப் பிடித்துத் தபால் பெட்டிக்குள் போடலாம் என்றேன். ஓர் அடி உயரம் துள்ளிக் குதித்து அரி உடனே என் யோசனையை ஒப்புக்கொண்டான்.

அடுத்த நாள் மாலையே பாம்பு பிடிக்கப் போனோம். யோசனையைச் சொன்னேனே தவிர, பாம்பென்றால் எனக்கு எப்பவுமே அருவருப்பு. அரி ரொம்ப தைரியசாலி. குளத்தில் நிறைய பாம்புகள் இருந்தன. மீன் பிடிக்கப் போகும்போது பார்த்திருக்கிறோம். தண்ணீர்ப் பாம்புகள் ரொம்ப பயந்த சுபாவம் உள்ளவை. ஆள் அரவம் கேட்டவுடனேயே காணாமல் போய்விடும். ஆழத்துக்குப் போய்விடும். அப்புறம் காற்றுக்கும்,

வெளிச்சத்துக்கும் மேலே வரும். நாங்கள் படித்துறைக்கு எதிர்ப்புறம் போனோம். ஜனநடமாட்டம் இல்லாத பகுதி ஆதலால், அவை சுதந்தரதாமாக அந்தப் பக்கம் வரும். காத்திருந்து ஓர் அடி நீளப் பாம்பின் வாலைப் பிடித்துத் தரையில் போட்டான் அரி. கொண்டு வந்திருந்த காலிப் பெருங்காய டப்பியில் பாம்பை அடைத்துக்கொண்டோம். இரவே அதைத் தபால் பெட்டிக்குள் சேர்த்து விட்டான் அரி.

மறுநாள் சாயங்காலம் நானும் டீ கடைக்கு வந்தேன். எங்களுக்குத் தரையில் கால் பாவவில்லை. மனசு துடித்தது. அரி, டீ கடைக்கு உள்ளே உட்கார்ந்துகொண்டான். நான் வெளியே, தூங்கு மூஞ்சி மரத்தை ஒட்டி மறைந்தும், மறையாமலும், நின்றுகொண்டேன். ஒரு வயதான பெரியவர் ஒரு சைக்கிளில் வந்து சேர்ந்தார். அவரை விட வயசான சைக்கிளிலிருந்து காலைத் தரையில் ஊன்றிச் சிரமப்பட்டு இறங்கினார். பிரித்து வைத்துக்கொண்டு, சாவியைத் தேடித் துழாவிப் பெட்டியைத் திறந்தார். அவ்வளவுதான், நாலே எட்டில் தெருவில் நடுப்பகுதிக்கு வந்து நின்றார். ஆதரவுக்கு யாரேனும் மனிதர்களைத் தேடினார். பக்கத்து ஓரமாக வண்டியை நிறுத்தி விட்டுப் பீடி பிடித்துக்கொண்டிருந்த வண்டிக்காரன் மேல் அவர் பார்வை விழுந்தது. அவனை அவசரமாகக் கையைக் காட்டி அழைத்தார். அவனும் எழுந்து போவது தெரிந்தது. அவனிடம் கெஞ்சிக் கும்பிடாத குறையாக என்னமோ சொல்வது தெரிந்தது. அவன் இரண்டு விரல்களால் பாம்புக் குட்டியை எடுத்து வீசி எறிந்தது தெரிந்தது. மீண்டும் போகிற வருகிறவர் முகங்களையெல்லாம் கூர்ந்து பார்த்தார் பெரியவர். பிறகு தள்ளி நின்றுகொண்டு நுனி விரல்களால் தபால்களை எடுத்துப் போட்டுக்கொண்டு சைக்கிளைத் தள்ளிக்கொண்டு ரோட்டுக்கு வந்தார்.

நடுத் தெருவில் ஒரு பாம்புக்குட்டி வந்து விழுந்ததும் சுற்றிக் கூட்டம் சேர்ந்துகொண்டது. கூட்டம் சேர்ந்ததால் நானும் எவ்வளவு சாத்தியப்படுமோ, அவ்வளவு அப்பாவித்தனமாக முகத்தை வைத்துக்கொண்டு கூட்டத்தோடு நின்றுகொண்டேன்.

கூட்டத்தைப் பார்த்துக்கொண்டு பெரியவர் சொன்னார். "எந்த பேமானிப் பையனோ தபால் பெட்டியில பாம்பைப் புடிச்சுப் போட்டிருக்கான்... இந்த அநியாயத்தைக் கேட்க ஆள் இல்லே பாருங்க... என் கையில மட்டும் ஆள் கெடச்சா கொன்னே போட்டுருவேன்..."

"தண்ணிப் பாம்புக்குப் போயி பெரிசா பயப்படறீங்க..." என்றார் கூட்டத்திலிருந்த ஒருவர்.

"யோவ், பாம்பப் பார்த்ததும் பயந்தான்யா வரும்... தண்ணிப் பாம்பா, நல்ல பாம்பான்னா பார்த்துக்கிட்டு இருக்க முடியும்..."

அதற்குள் ஒரு போலீஸ்காரன் வந்து சேர்ந்தான். "என்ன இங்க கலாட்டா..." என்றான்.

"ஆமா, நாலு பேரு ஒண்ணா சேர்ந்தா கலாட்டாதான் பண்ணனுமா... கவர்மென்ட்டு தபால் பெட்டிகளில் ஒரு பய பாம்பைப் புடிச்சுப் போட்டிருக்கான். அதக் கேக்க நாதி இல்லே. நீங்கள்ளாம் எதுக்கு இருக்கீங்கன்னே தெரியல்லே..."

நேருக்கு நேரா இப்படிக் கேட்டவுடன், இந்தப் போலீஸ்காரனுக்குக் கோபம் வந்திருக்கக் கூடும்.

"நீ என்னய்யா சொல்றே...?" ஒவ்வொரு தபால் பொட்டிக்கும் பக்கத்துல நின்னுக்கிட்டு, எவன் பாம்பைப் போடறான், எவன் தேளைப் போடறான்... எவன் தபால் போடறான்னு பாக்கிறதுதான் போலீஸ் வேலயா...?" என்றான்.

பெரியவர் சைக்கிளைத் தள்ளிக்கொண்டு நகர்ந்தார்.

அப்புறம் அரி வேறு மாதிரியான போராட்டத்தைத் தொடங்கினான். அவ்வப்போது யாரும் பார்க்காத நேரத்தில், பெட்டியின் தடுப்புக் கதவைத் தள்ளி, விரல்களாலேயே உள்ளிருக்கும் தபாலை எடுத்து விட்டான். எடுத்த தபாலை வேறு பெட்டியில் சேர்த்தும் விட்டான். தொடர்ந்து பல மாலைகள் தபால் இல்லாத வெறும் பெட்டியைத் திறந்து பார்த்து வெறுமே போய்க்கொண்டிருந்தார் தபால்காரர்.

எனக்குக் கால் பரீட்சை விடுமுறையின்போது ஒருநாள் தபால் பெட்டியைக் காக்கிச் சட்டை போட்டவர்கள் வந்து எடுத்துக்கொண்டு போனார்கள். ஆணியை, அரியே பிடுங்கி எறிந்தான். டீ கடை சுகுமாரன் நாயர் மட்டும் வருத்தப்பட்டதாக அரி சொன்னான்.

"தபாலை நாலுதப்படி நடந்து இங்கேயே போட்டுவிடலாம். இனிமே போஸ்ட் ஓபீசுக்குப் போயி போஸ்ட் பண்ணனும் இல்லா?" என்றானாம் சுகுமாரன் நாயர். ஆனால் சீக்கிரமே சிமென்ட் கட்டை கட்டி அதன் மேல் என் அளவு உயரமான பெட்டி மர நிழலிலேயே வைக்கப்பட்டு விட்டது.

1984

இராஜகோபரமும் சங்கப்பலகையும்

பொற்றாமரைக் குளத்துப் படித்துறையில் அமர்ந்திருந்தார் கீரர். கண்கள் நீரை, நீரில் காற்று மோதுண்டு எழுப்பிய அலைகள் படிப்படியாய்ப் பரவி கரையில் பட்டுச் சிதறி உடைவதை வெறித்துக்கொண்டிருந்தன.

மனமோ கருத்து வலை பின்னிக்கொண்டிருந்தது. சிருஷ்டி ரகசியத்தையே அந்தக் குளம் அவருக்குச் சொல்லிக் கொடுத்துக்கொண்டு இருப்பதாகப்பட்டது. நீர், அலையைக் கருக்கொள்வதுதான் சிருஷ்டியா? அலைகள் வட்ட வட்டமாக உருண்டு திரண்டு உருக்கொள்வதுதான் வாழ்வா? கரையில் மோதி உடைந்து சிதறுவதுதான் மரணமா? மரணம் இல்லாமல் போவதா? உடைந்த அலைகள் மீண்டும் குளத்துக்குள்ளேயே ஐக்கியமாகி, புதிய அலையாய்ப் பரிணமிக்கிறதே. எனில் மரணம் முற்றுப்புள்ளியல்ல. உறங்குவது போலும் மரணம். உறங்கி விழிப்பது போலும் ஜனனம்.

"பெருமான் நக்கீரருக்கு வணக்கம்" என்றது ஒரு குரல்.

கருத்து வலை அறுபட நிமிர்ந்தார் கீரர். அந்திக் கால பூஜைக்கு வந்த யாரோ ஒரு பக்தர், கீரரின் காலைத் தொட்டுக் கண்ணில் ஒற்றிக்கொண்டு நகர்ந்தார்.

நேற்றிலிருந்து இந்தத் தொந்தரவு அவருக்கு அதிகரித்திருந்தது. கடவுளே நேரில் வந்து அவரிடம் விளையாடி விட்டுச் சென்றதாக மக்கள் நினைக்கத்

தொடங்கி விட்டார்கள். எனில், அவர்தான் எவ்வளவு பெரியவர்? என்ன சொல்லித் தொழுதார், அந்த பக்தர்? "பெருமான் நக்கீரருக்கு வணக்கம்" என்றா?

கீரருக்குச் சிரிப்பு வந்தது. இந்த மனிதர்களுக்கு யாரையாவது தொழுதுகொண்டே இருக்க வேண்டும். பிறரால் தொழப்படும் நிலைக்குத் தன்னை ஏன் இவர்கள் உயர்த்திக் கொள்வதில்லை. தொழுவதற்கு என்றே மாபெரும் கோயில்.

அவர் கண்ணில் இராஜகோபுரம் விழுந்தது. உயரங்களைக் காட்டும் சின்னம். கீழே பள்ளத்திலிருந்து குளத்து நீரைப் பார்த்தார். சங்கப் பலகை மிதந்துகொண்டிருந்தது. புலமையின் எடைக் கல். தலை கனத்துப் போய் வருகிற புலவர்களின் தருக்கை அடக்க வென்றே இறைவன் அருளிய தராசு. தாமரை இலைபோல அலைகளின் ஊடே, தத்தளித்த அந்தப் பலகையின்மீது தவளை ஒன்று ஏறி அமர்ந்தது.

நரையோடிய தாடியை நீவி விட்டுக்கொண்டார் கீரர்.

*

நேற்றுக் காலையில்தான் விளையாட்டின் தொடக்கமே நிகழத் தொடங்கிற்று. அந்தப்புரத்திலிருந்து ஒரு சேவகன் வந்து மன்னர் கீரரைக் கையோடு அழைத்து வரச் சொன்னதாக அறிவித்தான்.

"அந்தப்புரத்துக்கேவா?" என்றார் கீரர்.

"ஆம்" என்றான் வந்தவன். அவருக்கு யோசனையாகி விட்டது. ஞானமும் கல்வியும் கோலேச்சும் தமிழ்ச் சங்கத்துக்கு வரச் சொல்லி இருந்தால், கீரர் உடனே புறப்பட்டிருந்தார். அந்தப்புரமோ, மன்னன் இருக்க மன்மதன் ஆளும் இடம் ஆயிற்றே? எனினும் கீரர் புறப்பட்டார்.

அந்தப்புரத்தின் வசந்த மண்டபத்துக்கே கீரர் அழைத்துச் செல்லப்பட்டார். மன்னன் செண்பக பாண்டியனும் அரசி பூங்குழலியும் அங்குதான் இருந்தார்கள்.

கீரரைப் பார்த்ததும் செண்பக பாண்டியனின் முகம் வெளிச்சமுற்றது.

"தமிழ்ச் சங்கத்தின் தலைமைப் புலவரே! எனக்கு ஒரு சந்தேகம். தாங்களே அதைத் தீர்த்து வைக்க வேண்டும்..."

"சொல்லுங்கள் சந்தேகம் இலக்கணத்திலோ அல்லது இலக்கியத்திலோ?"

"யதார்த்தத்தில் பெண்கள் கூந்தலுக்கு இயற்கையாகவே மணம் ஏற்பட்டு விடுமா? அன்றிச் செயற்கையாகவா?"

கீரரின் மனம் துணுக்குற்றது. தேரிழுக்கச் சென்றவன், வழி தவறி தாசி வீட்டுக்குள் நுழைந்ததைப்போல ஒரு தடுமாற்றம். அந்தத் தம்பதிகளை ஆழ நோக்கினார் கீரர். ஆடிக் களைத்திருந்தார்கள் அவர்கள். மன்னனின் மேனியிலிருந்து சந்தனமும், முல்லையும் வீசியது. பூங்குழலியின் கூந்தல் விரிந்து காற்றில் பறந்துகொண்டிருந்தது. சந்தேகம் என்ன? மன்மதன் கொடிதான். அவரை நோக்கி வீசப்பட்ட வினா, இருவருக்கும் இடையில் கிடந்தது. கணத்தில் தன்னைத் தெளிவுப்படுத்திக்கொண்ட நக்கீரர் சொன்னார்.

"மன்னவா! மகளிர் கூந்தலுக்கு இயற்கையில் மணம் இல்லை. மலர்களும் தைலங்களுமே மணம் ஊட்டுகின்றன."

"எல்லாப் பெண்களுக்குமே இந்த விதிதானா புலவரே"

"கர்ப்பவாசம் செய்து, ஊனும் உயிருமாக மண்ணில் தோன்றிய மகளிர் அனைவருக்கும் இதுவே விதி"

அழுத்தம் திருத்தமாகச் சொல்லிவிட்டுப் புறப்பட்டு விட்டார் நக்கீரர்.

*

தன் பதில் பாண்டியனுக்குத் திருப்தி தரவில்லை என்பதைப் பிறகே அவர் அறிந்துக்கொண்டார். ஆயிரம் பொற்காசுகள் போட்டி ஒன்றையும் மன்னன் அறிவித்து விட்டான். எழுத்தையும் சொல்லையும் அகத்தையும் புறத்தையும் ஆராய்ந்து கற்ற தனக்கு முன் விடலைத்தனமான கேள்வி ஒன்று அலட்சியமாக வீசி எறியப்பட்டதை நினைத்து மனம் நொந்தார். மேதைகளும், புலவர்களும் கவிஞர்களும் போட்டுக்கொண்ட அறிவார்ந்த சிடுக்குகளையே இதுவரை அவிழுத்துப் பழக்கப்பட்ட தமிழ்ச் சங்கம், பெண்களின் ஈறுகளையும், பேன்களையும் ஆராயும் காலம் வந்ததே என்கிற விசனம் அவருக்கு நேர்ந்தது. ஏதோ ஒரு யுகத்தின் வீழ்ச்சி தன் காலத்தில் தொடங்கி, அந்த வீழ்ச்சிக்கு தான் சாட்சியாக இருக்க நேர்ந்தமைக்கும் அவர் வருந்தினார். அனுபவம் அவரை, ஊசி போகும் வழி நூலாக இருந்துவிடு

என்று உபதேசித்து, ஊர் இருட்டை தன் ஒற்றை விளக்கா விரட்டும் என்றுதான் நினைத்திருந்தார். இருந்தவரை, நேற்று மாலை வந்தவன் அலைக்கழித்து விட்டானே.

வந்தவன் நெருப்பாய் நின்றான். அரியும் அயனும் காண ஏலாத அந்தப் பழைய நெருப்பு மானுட அவதாரம் கொண்டு வந்து நின்றது. அவர் முன், மூன்றாம் கண்ணை அவன் மூடி நின்றாலும், அனல், சாம்பலுக்குள் இருக்கும் அக்கினிக் குஞ்சு மாதிரி தகிக்கவே செய்தது.

"கீரரே! பெண்கள் கூந்தலுக்கு இயற்கையில் மணம் இல்லை என்பதுதான் உமது கட்சியா?"

"கட்சி இல்லை, கருத்து."

"உத்தம ஜாதிப் பெண்களுக்குக்கூடவா?"

"பெண்களுக்குள் மத்திமமும் உத்தமமும் பிறப்பால் வருவதில்லவே! வளர்ப்பால் வருவது. பிறப்பால், இயற்கையால் யார் கூந்தலுக்கும் மணம் இல்லை."

"இதற்கு என்ன ஆதாரம்?"

"என் வாழ்க்கை அனுபவங்களும், அனுபவம் தந்த ஞானமுமே ஆதாரம்."

"நீர் எம்மை விட எல்லாம் அறிந்தவரோ?"

முப்புரம் எரித்த நெருப்பு எந்த நேரத்திலும் பற்றிக் கொள்ளும் பதற்றத்தில் இருந்தது. உண்மையைப் பற்றிக்கொண்டு, மெய்யை ஸ்தாபனம் செய்யும் தர்ம ஆவேசத்தில் இருந்த நக்கீரருக்கு மடியில் கனம் இல்லை. ஆகவே நெஞ்சில் பயமும் இல்லை.

"எல்லாம் அறிந்தவர் எவரும் இருந்து விட முடியாது. கற்றது கைம்மண் அளவே. கல்லாதது உலக அளவு" வந்தவன் ஏளனமாய்ச் சிரித்தான். சம்ஹாரக் கடவுளாகிய தன் முன், மரணத்தின் கதவைத் தட்டிக்கொண்டிருக்கும் முதியவன், வார்த்தை விளையாட்டு ஆடுகிறானே என்று இருந்திருக்கும் போலும். அதே நேரத்தில் உண்மை தன் பக்கம் இல்லை என்கிற எரிச்சலும், அதன் காரணமாய்த் தோன்றிய கோபமும் அவனுக்குள் எழுந்தன. இனி தன்னை வெளிப்படுத்தித்தான் தன்னை மீட்டுக் கொள்ள வேண்டும் என்றும் அவனுக்குத் தோன்றியது. நெற்றிக் கண்ணின் இமை லேசாகத் திறந்தது. சுண்ணாம்புக் காளவாயின்

மேல் நிற்பது போல் இருந்தது கீரருக்கு. தர்ம வழி சென்ற தலை மேலும் நிமிர்ந்தது.

“உலகமா? அது நான் கோத்து அணிந்திருக்கும் என் மாலையில் ஒரு மணி. இந்தப் பிரபஞ்சமே என்னுள் அடங்கும். என் வார்த்தைக்கா எதிர் வார்த்தை?” அவன் மூன்றாம் கண் மேலும் சற்றே திறந்தது.

வார்த்தைகள் புகையோடு வெளி வந்தன. அக்கினிக் குண்டத்துக்குள் நின்றுகொண்டிருப்பதாய்ப் பட்டது கீரருக்கு. ஆடைகள் கருகின. மேனி மேல் முளைத்திருந்த முடிகள் கருகின. தீயின் நாக்கு அவரை உரசிற்று.

“புலவரே! நீரே முக்கண் வள்ளலாயினும் ஆகுக, சொக்க வைக்கும் அழகுடைய சொக்கநாதர் நீர் என்பதை நான் அறிவேன். இருந்தும், நீர் நெற்றிக் கண்ணைத் திறப்பி னும், என்னையும் இம் மதுரை மண்ணையும் நீராய்ச் சுட்டு எரிப்பினும் நீர் சொல்வது குற்றமே, என் கருத்து

உண்மையே...”

நம்பிக்கையின் அஸ்திவாரத்தின் மேல் நின்று தர்க்கித்தவன் அது பொய்யென ஸ்தாபனம் ஆக, சபையில் ஆடை இழந்தவன் போல் ஆனான். ஆயினும் என்ன? அறிவு உண்மையை அது எங்கிருந்து வந்த போதிலும் இரு கை நீட்டி எதிர்கொள்வதுதானே இயல்பு. வந்தவனோ அதை முற்றும் இழந்திருந்தான். சிருஷ்டிக் கடவுளின் தலையைக் கொய்து எறிந்தவன் கை பரபரத்தது. அதைச் செய்திருக்கலாம் மீண்டும். அதனினும் சிறியன செய்தான், முப்புரி நூல் அணிந்த சிவன்.

“கீரனே... அங்கம் புழுதிபட, அரிவாளில் நெய்பூசி, பங்கம்பட இரண்டு காலையும் பரப்பி, சங்கைக் ‘கீர் கீர்’ என்று அறுக்கும் ஜாதியில் பிறந்த நீயா என் கவிக்குக் குற்றம் காணத் தக்கவன்?”

தமிழ்ச் சங்கத்தின் ஆய்வு மண்டபம் முதல் முதலாய்க் கறைபட்டது.

*

ஞானத்தின் நிறமே என வெள்ளை நுரையாய் வெளுத்த தாடியை நீவி விட்டுக்கொண்டார் கீரர்.

இருட்டிவிட்டிருந்தது. குளத்து நீரும் கறுத்து விட்டிருந்தது. கோபுரத்து உச்சயில் இருந்த தீபம் நீரில் விழுந்ததுபோல உள்ளிருந்து நெளிந்தது.

'தொபுக்'கென்று கல் ஒன்று குளத்தில் விழுந்தது. திரும்பிப் பார்த்தார் கீரர். சிறுவன் ஒருவன் கை தட்டி மகிழ்ந்துகொண்டிருந்தான். குளத்தில் வட்டம் வட்டமாய் சுழன்றது அதிர்வுகள்.

கீரர் எழுந்தார். தடியை ஊன்றி நடந்து பிரகாரத்துக்கு வந்தார். சந்தி பூஜை நடந்துகொண்டிருந்தது. இறைவன் திருஉருவைப் பார்த்தார். ஏனோ குளத்தில் கல்லெறிந்த சிறுவன் நினைவு எழுந்தது. தீப ஆராதனை தொடங்கும் முன்பே திரும்பி எதிர்த் திசையில் நடந்தார்.

1984

கருப்பட்டி

மூத்து, உப்பளம் திடலுக்கு வந்து சேர்ந்தபோது, கூட்டம் தொடங்கி நடந்துகொண்டிருந்தது. திடலின் வாசலிலேயே நின்றான் அவன். உள்ளே நுழைய முடியவில்லை. கூட்டத்தைப் பிளந்துகொண்டு செல்வது சாத்தியமில்லை. உட்கார்ந்திருந்தவர்களே லட்சக் கணக்கானவர்கள். நின்றவர்கள் தொகை அதற்கு நிகராய் இருந்தது. வெகு தூரத்தில் இருந்தது மேடை. அதில் அமர்ந்திருந்தவர்கள் வெறும் நிழல் உருவம் போல் தெரிந்தார்கள். பத்தடிக்கு ஒரு டியூப் லைட் போட்டு வெளிச்சத்தை வாரி இறைத்திருந்தார்கள். மனித தலைகள் தொடக்கமும் முடிவுமின்றி வியாபித்திருந்தன. முண்டி முண்டிக் கொஞ்சம் கொஞ்சமாகக் கடந்து, நிற்பவர்களின் முதல் வரிசைக்கு வந்து நின்றான்.

மேடையில், கலை உலகின் இரண்டு துருவங்கள் என்று கருதப்பட்ட ராமநாதனும், விநாயகனும் இணைந்து பக்கம் பக்கமாக உட்கார்ந்திருந்தார்கள். வரலாற்றுச் சிறப்பு மிக்க நிகழ்ச்சி என்று இதைப் போஸ்டர்களில் சொல்லி இருந்தார்கள். பேசிக்கொண்டிருந்தவர் உட்கார்ந்ததும், கூட்டத்தில் சலசலப்பு எழுந்தது.

ராமநாதன் பேச எழுந்தார். மாலை மற்றும் பொன்னாடை அல்லது கதராடை போர்த்தவும் பலர் மேடையை நோக்கி விரைந்தனர். மாலை போட்டு முடிய மணிக்கணக்கில் ஆகும் போல் இருந்தது. ஒரு பெரும் பகுதி ரசிகர்களைபேசி முடித்தபிறகு போட்டுக் கொள்ளலாம் என்று தடுத்து

நிறுத்தினார்கள். அப்புறம் ராமநாதன் மைக்குக்கு முன்னால் வந்து நின்று, "என் உயிரினும் மேலான உத்தம உடன் பிறந்தோர்களே..." என்று ஆரம்பித்தார். அதற்குக் கூட்டம் கைதட்டி ஆரவாரித்தது. அப்புறம் "கலைத்தாயின் மூத்த புதல்வனும் என் அம்புத் தம்பியும், நடிப்பில் ஈடு இணையற்ற இமயமும் ஆன ஆருயிர் விநாயகமே" என்று விநாயகத்தை விளித்ததும் கூட்டம் எல்லை இல்லாத உணர்ச்சிப் பெருக்கை எய்தி, மெய் சிலிர்த்து கோஷமிடலாயிற்று. தொடர்ந்து ராமநாதன் பேச முடியாத அளவுக்குப் பெரும் சப்தம் ஏற்பட்டது. கூட்டத்துக்குத் தலைமை வகித்த முதுபெரும் சுதந்திப் போராட்டத் தியாகியும், பல வருஷங்களைச் சிறையில் கழித்தவரும், அதன் காரணமாகக் குடும்பத்தையும் உறவையும் இழந்தவரும், தியாகிப் பென்ஷன் நூற்று ஐம்பது ரூபாய்க்குக் கடந்த ஆறு ஆண்டுகளாக முயற்சி செய்து வருபவருமான தியாகராஜன் மைக்குக்கு முன்னால் வந்து நின்று "அமைதி அமைதி" என்று தொண்டை வரளக் கத்திய பிறகே கூட்டம் அமைதியடைய, தொடர்ந்தார் ராமநாதன்.

"இன்று முதல் நாங்கள் இரட்டைக் குழல் துப்பாக்கியாகச் செயல்பட இருக்கிறோம். எங்களைப் பிரிக்க நினைத்துச் செயல்பட்ட சதிகாரக் கூட்டத்தின் சூழ்ச்சி, இன்றோடு தவிடு பொடியாயிற்று. ஒரு தாய் வயிற்றுப் பிள்ளகளைப் பிரிக்க நினைத்த சதிகாரர்களே! சூழ்ச்சிக்காரர்களே! உங்கள் முகத்திரை இதோ இப்போது கிழிகிறது..." என்று அந்தச் சதிகாரர்கள் முன்னால் நிற்பதாகப் பாவித்துக்கொண்டு கடுங்கோபத்தோடு அவர்களைச் சாடத் தொடங்கினார். அவரினும் கடுங்கோபம் கொண்ட அவரது ரசிகர்களும், உடன் விநாயகத்தின் ரசிகர்களும் சேர்ந்து உச்சமான ஆரவாரத்தோடு, கை தட்டி முழங்கினார்கள்.

முத்து கூட்டத்தை விட்டு விலகி வெளியே வந்தான். திடலின் ஓரத்தில் சோடாக் கடையில் ரங்கனும், சீனிவாசனும் சர்பத் குடித்தபடி சிரித்துப் பேசிக்கொண்டிருந்ததைப் பார்த்தான். தன்னை அவர்கள் பார்த்துவிடக் கூடாது என்று நினைத்து எதிர்த்திசையில் நடந்தான். ரங்கனும், சீனிவாசனும் போன வாரம் வரை வெட்டுப்பழி, குத்துப்பழி என்று ஒருவரையொருவர் பகைத்துச் சுற்றி வந்தார்கள். ரங்கன் ராமநாதனின் ரசிகன். சீனிவாசனோ விநாயகத்தின் ரசிகன். சினிமா கொட்டகைகளிலும், அரசியல் கூட்டங்களிலும், பொது இடங்களிலும் பலமுறை ஒருவரையொருவர் அடித்துக்கொண்டிருக்கிறார்கள். கடுமையாகத்

திட்டிக்கொண்டும் இருந்திருக்கிறார்கள். ரங்கன், “தொப்பை நடிகனின் ரசிகப் பெருமக்களே, உங்களுக்கு வேட்டி ஒரு கேடா” என்று போஸ்டர் ஒட்டும்போது, சீனிவாசனும் இந்த முத்துவும் இன்னும் சில சகாக்களோடும் போய் அவனை இழுத்துப் போட்டு உதைத்து, போஸ்டரைக் கிழித்துப் போட்டிருந்தார்கள். அந்த ரங்கனோடு இந்த சீனிவாசன் வெட்கமில்லாமல் எப்படி இணைய முடிந்தது?

முத்துவுக்குத் தாங்க முடியாத மனச் சஞ்சலம் ஏற்பட்டது. செத்துப் போன கருப்பட்டி நினைவுக்கு வந்தான்... விநாயகம் நடித்த படம் ராஜா தியேட்டரில் நேற்று வெளியாகி இருந்தது. தியேட்டருக்கு எதிரே பிளாட்பாரத்தில் நின்றுகொண்டிருந்தார்கள் முத்துவும் கருப்பட்டியும். கணக்குப்படி இது ஐந்தாவது ஷோ. நேற்று மூன்று ஷோக்கள் நடந்து இன்று மூன்று மணி ஆட்டமும் முடிந்து, ஆறுமணி ஆட்டத்துக்கு டிக்கெட் கொடுத்துக்கொண்டிருந்தார்கள். ஆண்களும் பெண்களும் கியூவில் நின்று டிக்கெட் எடுத்துக்கொண்டிருந்தார்கள். ரிலீஸ் ஆகி இரண்டாம் நாள், இருந்தும் பரபரப்பே இல்லை. படத்தைப் பற்றி வெளியேயும் நல்ல பேச்சு இல்லை.

கருப்பட்டி அடிக்கடி மேனேஜர் ரூமுக்குச் சென்று நிலவரத்தைக் கவனித்துக்கொண்டு வந்தான். மூன்று மணி ஆட்டத்துக்குப் பதினைந்து உயர்வகுப்பு டிக்கெட்டுகள் மீந்து போய், ஹவுஸ் புல் போர்டுபோட மூன்றே கால் மணி வரை மேனேஜர் சம்மதிக்கவில்லை. படம் ரிலீசான இரண்டாம் நாளே ஹவுஸ்புல் போர்டு போடவில்லையானால், அது அண்ணன் விநாயகத்துக்குத்தான் எவ்வளவு பெரிய அவமானம். அவர் பெயரால் இயங்குகிற ‘வீரத் திருமகன்’ விநாயகம் ரசிகர் மன்றத்துக்கும் அவமானம். அதோடு முத்து, கருப்பட்டி போன்ற எண்ணற்ற ரசிகப் பெருமக்களுக்கும் அவமானம். எல்லாவற்றுக்கும் மேலாக, கொஞ்ச தூரத்தில், ராமநாதன் ரசிகர் மன்றத்து ஆட்கள், தங்களை ஓரக்கண்ணால் கவனித்துக்கொண்டு தங்களுக்குள் கேலி பேசிக்கொண்டிருப்பதையும், முத்துவும் கருப்பட்டியும் கவனிக்கத்தான் செய்தார்கள். உடனே கருப்பட்டி முத்துவிடமிருந்து சைக்கிளை வாங்கிக்கொண்டு ‘தோ வர்றேன்’ என்று கூறி விட்டு ஓடினான். அடுத்த பத்து நிமிஷங்களுக்குள் வேர்த்து வடிய திரும்பி வந்தான். அவனிடம் பணம் இருந்தது.

“ஏதுடா பணம்...”

"அம்மா வாடகைக் கொடுக்க வச்சிருந்த பணம். அவசரத்துக்குப் புரட்டிக்கலாம்னு வந்தேன். அண்ணனுக்கு உதவாத பணம் வேற எதுக்கு?" என்றான் கருப்பட்டி.

கொண்டு வந்த பணத்தைக்கொண்டு மீந்திருந்த பதினைந்து டிக்கட்டுகளையும் வாங்கி, ஹவுஸ்புல் போர்டை போடச் செய்தான் கருப்பட்டி. அப்புறம்தான் ராமநாதன் ஆட்கள், கரியைப் பூசிக்கொண்டு நகர்ந்தார்கள்.

கருப்பட்டிக்கு மகா எரிச்சல். அண்ணன் படம் ஓடாததற்கு மட்டும் இல்லை. இதற்கு முன் வந்த 'அம்மாவா அண்ணியா' படம்கூட ஓடவில்லைதான். ராமநாதன் நடித்து வெளி வந்த 'தாயே தெய்வம்' பிரமாதமாக ஓடிக்கொண்டிருந்ததே அவனது எரிச்சலுக்குக் காரணம். வெற்றி வெற்றி என்று 50ஆவது நாள் போஸ்டர் வேறு ராமநாதன் படம் போட்டு ஊர் முழுக்க ஒட்டியிருந்தார்கள்.

ராமநாதன் ரசிகர்கள், அண்ணன் படம் ஓடும் தியேட்டருக்குள் வந்து செய்கிற அட்டகாசம் வேறு கருப்பட்டிக்கு வருத்தத்தைத் தந்தது. படம் ஆரம்பித்துப் பத்து நிமிஷத்துக்கெல்லாம், ஒருவர் 'ஐஸ்மோர்' என்று கத்தினான். ஜனங்கள் சிரித்தார்கள். அப்புறம் இன்டர்வெல்லுக்குப் பிறகு, கலாட்டா உச்சக் கட்டத்தை அடைந்தது. படம் ஓடிக்கொண்டிருக்கும் போதே, "மகாத்மா காந்திக்கு ஜே" என்று கோஷம் போட்டார்கள். போதாதென்று, சோடாக்கடையில் சீனிவாசனுடன் சிரித்துப் பேசிக்கொண்டிருக்கிற இதே ரங்கன்தான், 'ஈயம் பித்தளைக்குப் பேரிச்சம் பழம்' என்று குரல் கொடுத்தான். கொட்டகையே சிரித்தது.

இதையாவது பொறுத்துக் கொள்ளலாம். இந்த ரங்கன் அண்ணன் படம் 'அம்பேல்' என்றும் 'ஊத்திக்கொண்டது' என்றும் பிளாட்பாரத்தில் சக நண்பர்களிடம், போகிறவர்கள் வருகிறவர்களிடம் கூறியதோடல்லாமல், உற்சாகம் தலைக்கேறி, பேன்ட்டை அவிழ்த்துக்கொண்டு அத்தனை ஆண்களும் பெண்களுமான பாதசாரிகளுக்கு முன்னால் நாட்டியம் ஆடினான்.

கருப்பட்டி என்பது அழகர்சாமிக்கு வந்த காரணப் பெயர். கன்னங்கரேல் என்று இருந்தமையால் இந்தப் பெயரை அவன் பெற்றான். பிள்ளைப் பருவத்தில் வந்த வாதம் காரணமாக, கால் சூம்பியும், அகன்றும் இருக்கும். விந்தி விந்தித்தான் நடப்பான். தவிரவும், முதுகில் வேறு மூட்டை வைத்தாற்போல

நிரந்தரமாகி விட்ட ஒரு கூனல். எதையோ கீழே போட்டுக் குனிந்து தேடிக்கொண்டிருப்பவன் நிமிர்ந்து பார்ப்பது போல் காட்சி அளிப்பான். நினைவு தெரிந்த நாள் முதல் அண்ணன் விநாயகத்தின் ரசிகனான கருப்பட்டியின் சேவையைக் கருத்தில்கொண்டு பேட்டைக் கிளைச் செயலாளனாகவும் அவன் பதவி அளிக்கப்பட்டுக் கௌரவிக்கப்பட்டான். ஆண்டு தோறும் அண்ணன் பிறந்தநாளின்போது மன்ற ரசிகர்களைப் பஸ் வைத்து அழைத்துப் போய், அண்ணனுக்குத் தரிசனம் பண்ணி வைப்பவனாகவும் இருந்தான். அதோடு, அண்ணன் படம் ரிலீசாகிறபோது, கொடி கட்டுதல், பேனர் வைத்தல் போன்ற நற்பணிகளிலும் அயராது ஈடுபட்டிருந்தான். இது போன்ற காரியங்களுக்கே நேரம் போதாமல் இருந்த அவன், இந்த ('இன்னும் செத்துத் தொலைக்காத') அம்மாவின் தொந்தரவு தாங்க முடியாமல், ஒரு சோடாக் கம்பெனியில் வேலை பார்த்தான். முதலாளிக்கு டீ, சிகரெட் வாங்கி வந்த கணக்கில், ஏதோ 'கோல்மால்' பண்ணிச் சில்லறை ஒதுக்கிப் பீடி வாங்கிக்கொண்டான் என்று முதலாளி கன்னத்தில் அறையவே, அதையே சாக்காகக்கொண்டு வேலையை விட்டு விட்டான். கொஞ்ச நாள் சில்லறைக்குக் கஷ்டப்பட்டுத் திண்டாடிக்கொண்டிருந்ததால், மீண்டும் தன் பழைய தொழிலுக்கே திரும்பினான்.

ஒதியஞ்சாலை முக்கில், கிளி ஜோஸ்யம் பார்த்தான். இந்தத் தொழிலில் அவன் குருநாதர் எல்லப்பன். அவனிடம் தொழிலுக்குத் தயார் படுத்தின மூன்று பச்சைக்கிளிகள் இருந்தன. ஒன்றை விலை பேசி, ஒரு வாரத்துக்குள் பணம் கொடுத்து விடுவதாகச் சொல்லி எடுத்து வந்தான். அங்கே இங்கே மரச் சட்டங்கள் தயார் பண்ணி, கூண்டு செய்தான். ஓரம் நெல் போட்டு வைக்க இடம். அஞ்சு பைசாவில் ஓர் அழுகின கொய்யாப்பழமும் நெல்மிஷின் உடையாரிடம் தலையைச் சொறிந்து குத்து நெல்லும் தயார் பண்ணிக்கொண்டான். தொழிலுக்கு எல்லாம் ரெடி. ஒதியஞ் சாலை முக்குக்கு வந்து விட்டான்.

எல்லப்பன் பெரிய மனது பண்ணி கொடுத்த, ராமர் சீதை அநுமார், முருகன், மகாவிஷ்ணு படங்களுடன் அச்சிட்ட ஜோஸ்யர் செய்யுள்கள் அடங்கின சீட்டை அடுக்கி 'வா ராஜா வா' என்றான். இறந்த, நிகழ், எதிர் காலங்களாகிய மூன்று காலங்களையும் சொல்லும் கருப்பட்டிக்கும் ஆள்கள் கிடைக்கத்தான் செய்தார்கள். நாளுக்கு ஆறு முதல் பத்து வரைகூடக் கிடைக்கத்தான் செய்தது. அதிலும் மண் போட்டான் ரங்கன்.

ஒரு வெள்ளிக்கிழமை காலை, பிள்ளையாரைக் கும்பிட்டு விட்டுக் கடையை விரித்தான் கருப்பட்டி. பூவரச மரநிழல் குளுமையில், சின்னப் பாயை விரித்து, அட்டைகளை அடுக்கி வைத்தான். கீகீ என்ற கிளிக்கு நெல் கொடுத்தான். ஒரு நடு வயது அசலூர்க்காரர் வந்து முழங்காலில் குந்தினார். கூட்டைத் திறந்து கிளியை வெளியே விட்டான். அது இங்கும் அங்கும் பராக்குப் பார்த்து விட்டு சோம்பேறித்தனமாக மூன்று சீட்டுகளை எடுத்துக் கீழே போட்டு விட்டு, நாலாவது சீட்டை எடுத்து கருப்பட்டியின் பக்கம் போட்டது.

உறையில் இருந்து வெளியே வந்தவர் அனுமார்.

“கேளப்பா மானிடனே கேளு கேளு
கெடுமதியார் சூழ்ச்சியெல்லாம் போகும் பாரு
வேளைப்பா வந்ததுப்பா கொஞ்சம் நாளில்
வீட்டுக்கு வருகுதுப்பா நல்ல சேதி...”

என்று படித்துக்கொண்டிருந்தவனை, “தலைவரே” என்ற குரல் வெட்டியது. நிமிர்ந்து பார்த்தான் கருப்பட்டி. கட்டையன் நின்றிருந்தான்.

கருப்பட்டிக்குப் ‘பக்’கென்றது. கட்டையன் பேட்டையில் பெரிய “பிஸ்தா” என்று பெயர் பெற்றவன். கட்சியிலும், ராமநாதன் ரசிகர் மன்றத்திலும் செல்வாக்குப் பெற்றவன். எடுத்த எடுப்பில் எதிராளியின் மூக்கின் மேல் குத்துவதில் பெயர் பெற்றவன்.

“என்ன...” என்றான் கருப்பட்டி.

“ஜோஸ்யம் பார்க்கணுமே...” என்றவாறு நாலணாவைத் தூக்கி அவன் மேல் போட்டான் கட்டையன்.

காசை எடுக்காமல், “யார் பேருக்கு...” என்றான், கருப்பட்டி.

“விநாயகம் பேருக்கு...”

“ஊம்...”

“அதாம்பா உங்க அண்ணன் விநாயகம் பேருக்கு... ஏன் அவரு படம் ஒவ்வொன்னும் ஊத்திக்கிட்டுப் போவுது. அண்ணன் எப்போ எழுந்திருச்சி நிக்கப் போறாரு... இப்போ வந்திருக்கிற படம் ஒரு வாரம் ஓடுமா, இல்லே ரெண்டு வாரம் ஓடுமா... இல்லே கொட்டாயை விட்டே ஓடுமான்னு பார்க்கணும்... உன் கிளியைக் கேளேன்...”

கட்டையனின் வாயிலிருந்து குப்பென்று கஷாய வாசனை வந்தது. அவன் கண்கள் வேறு சிவந்து போயிருந்தன.

"தோ பாரு கட்டையா... வெள்ளிக்கிழமை காலையில் முதல் கிராக்கி. இப்போத்தான் கடையை தொறந்திருக்கேன். கலாட்டா பண்ணாதே..."

"கலாட்டா இன்னாப்பா கலாட்டா... நீ சோசியம் பாக்கிறேன்னு கடை வச்சிருக்கே. உங்க வாத்தியார் படம் ஓடுமா ஓடாதான்னு சோசியம் கேக்கிறேன். இதுக்குப் பேரு கலாட்டாவா?" என்றான் கட்டையன்.

"நீ இன்னாபா நினைச்சுக்கினு இருக்க. நீ ஒரு கட்சி. நான் ஒரு கட்சி. நீ ராமநாதன் ரசிகன். நான் விநாயகம் ரசிகன்... நமக்குள்ள கொள்கை வித்தியாசம் இருக்குன்னா, அதை கொட்டாய்ல வந்து காமி... தொழில் பண்ற இடத்துல வந்து காமிக்காதே."

"நான் இன்னா வந்து உங்கிட்டே வந்து காமிக்கிறது..." என்று சொன்ன கட்டையன், ஆபாசமான கெட்ட வார்த்தைகளோடு பேசத் தொடங்கினான்.

"என்னடா சொன்னே..." என்றவாறு கருப்பட்டி எழுந்தான். அதற்குள் கட்டையன் எட்டி கிளிக் கூண்டை உதைத்தான். நெல் மணிகள் சிதறின. சீட்டுகள் கலைந்து தூரப் போய் விழுந்தன. கூண்டிலிருந்து வெளி வந்த பச்சைக்கிளி, பறக்கவும் இயலாது, திகைத்துப் போய் கீச்கீச் என்றது.

முத்து வீட்டுக்கு அன்றைய ராத்திரி ஒன்பது மணி அளவில் வந்து சேர்ந்தான் கருப்பட்டி. கையில் ஒரு பிளாஸ்டிக் பக்கெட் கொண்டு வந்திருந்தான். இருவரும் கிளம்பினார்கள். கோவிந்த சாலைத் தோப்பு வழியாகப் புகுந்து ஓணான் குளம் வந்து சேர்ந்தார்கள்.

"மணியாகல்லே... கொஞ்ச நேரம் இப்படிக் குந்துவோம்" என்றான் கருப்பட்டி. ஒரு தென்னை மரத்தின் மறைவில் பக்கெட்டை வைத்தான். இருவரும் குளக்கரையில் உட்கார்ந்துகொண்டார்கள்.

கருப்பட்டி, பீடியை எடுத்துப் பற்ற வைத்துக்கொண்டான். அந்த நேரத்திலும் குளத்தில் இருவர் குளித்துக்கொண்டிருந்தார்கள். குளித்து விட்டுப் படியேறி வந்தவர்கள், கரையில் இருவர்

உட்கார்ந்திருக்கிற உணர்வேயின்றி சாவதானமாக உடம்பைத் துவட்டிக்கொண்டு, அப்புறம் துண்டை இடுப்பில் கட்டிக்கொண்டு கிளம்பினார்கள்.

கருப்பட்டி குளத்தில் இறங்கி முகம் கை கால் கழுவிக்கொண்டு வந்தான். மீண்டும் ஒரு பீடியை எடுத்துப் பற்ற வைத்துக்கொண்டான். பிறகு இருவரும் கிளம்பினார்கள். கல்வே பங்களாவுக்கு அந்தப் புறம் தரிசாகக் கிடந்த நிலங்களிலும், அதை ஒட்டிய புல் முளைத்த கட்டாந்தரையிலும் பகலில் மாடு மேய்வது வழக்கம்.

கருப்பட்டியும் முத்துவும் சாணி பொறுக்கி, பக்கெட்டில் போடத் தொடங்கினர். அரை நிலா வானத்தில் உடைத்துப் போட்டது மாதிரி கிடந்தது. ஆகவே வெளிச்சம் இருந்தது. அந்த வெளிச்சத்திலேயே, பகலில் போடப்பட்டு வெயிலில் காய்ந்து தட்டையாய், சருகாய் ஆன சாணியை எடுத்து பக்கெட்டில் நிரப்பிக்கொண்டார்கள். மாடுகள் மேய்வதே அன்றி மனிதர்களும் உபாதைகளுக்கு அங்கே உட்கார்வது வழக்கம்தான்.

"ஐயையோ..." என்று கூவினான் கருப்பட்டி.

"என்னடா..."

"நரகலை கையால எடுத்துட்டேன்..."

"கழுவிட்டாப் போச்சு... உடு..."

பக்கெட்டை எடுத்துக்கொண்டு மெயின் ரோடுக்கு வந்தார்கள். ஆயில் மில்லை ஒட்டியிருந்த தண்ணீர்க் குழாயில் பக்கெட்டை வைத்து அது நிறையத் தண்ணீர் அடித்தான் கருப்பட்டி. பிறகு கையை விட்டு நன்றாகக் கலக்கி விட்டான். பக்கெட்டை, குழாய் மதிலுக்குப் பின்னால் யாரும் பார்த்தால் சட்டென்று தெரியாதவாறு பதுக்கி வைத்தான். அங்கிருந்து நடந்து பப்பு நாயர் டீ கடைக்கு வந்தார்கள். உச்சஸ்தாயில் சிலோனைக் கத்த விட்டிருந்தான் நாயர். பெஞ்சில் உட்கார்ந்துகொண்டார்கள்.

"ஸ்டிராங்கா, தண்ணி கம்மியா, மலாய் தூக்கலா ரெண்டு டீ போடுய்யா நாயரே" என்றான் கருப்பட்டி.

நாயர் டீ போட்டுக்கொண்டே பேசினான்.

"என்னப்பா கருப்பட்டி உங்க வாத்தியார் படம் ஊத்திக்கிச்சாமே."

"எந்த பேமானி சொன்னான்? படம் வந்தே ரெண்டு நாள்கூட ஆவல்லே..."

"ரெண்டாவது ஷோவிலேயே தெரிஞ்சுக்கலாமே... ஜனங்க நல்லா பேசிக்கலையேப்பா."

நாயர் உண்மையைத்தான் சொன்னான். அதனாலேயே கருப்பட்டிக்கும் எரிச்சலாய் இருந்தது.

முத்து சொன்னான்.

"சில படம்லாம் ரெண்டாவது மூனாவது வாரம்கூட பிக்கப் ஆவும்பா."

"ஆனா சரி..." என்றான் நாயர், குறுஞ்சிரிப்புடன். டீயைக் கொண்டு வந்து இருவரிடமும் தந்தான்.

கருப்பட்டிக்கு டீ கசந்தது. அது ஸ்டிராங் அதிகமானதாலோ, சர்க்கரை கூடுதல் ஆனதாலோ இல்லை.

முத்து தொடங்கினான்.

"ராமநாதன் படம் பாத்தியா நாயர்"

"பார்த்தாச்சு"

"படம் எப்படி?"

"டாப். நூறு தினம் ஓடும்."

கருப்பட்டி சொன்னான்:

"நீ மலையாளி. உனக்கு ராமநாதன் படம்தாம்பா பிடிக்கும். தமிழன் படம் பிடிக்காதே..." என்றான்.

"கருப்பட்டி, இதானே வேணாங்கறது. கட்ட பொம்மனை நான் பத்துவாட்டி பார்த்திருக்கேம்பா. பாசமலரை இருபது வாட்டிப் பார்த்திருக்கேன். நம்மகிட்ட சொல்லாதே. அது மாதிரி ஆளு நான் இல்லே."

நாயர் சீண்டப்பட்டு விட்டது குறித்துக் கருப்பட்டிக்குத் திருப்தியாக இருந்தது. தொடர்ந்தான்:

"நாயர்... நான் ஒண்ணும் தப்பா சொல்லலே, உங்களுக்கு இருக்கிற இன உணர்வு தமிழனுக்கு இல்லேங்கறதை நினைச்சா வருத்தமா இருக்கு..."

பிரபஞ்சன் | 55

இரண்டு ஆட்கள் சைக்கிளிலிருந்து வந்து இறங்கி டீ சாப்பிட வந்தார்கள். பேச்சு அத்தோடு அறுந்தது. கருப்பட்டி பீடியைப் பற்ற வைத்துக்கொண்டான்.

துப்பப்பட்ட தாம்பூலம்போல, இரண்டாம் ஆட்டம் விட்டு ஜனங்கள் வீதியில் வழிந்தார்கள். செக்கு மேட்டுக் கொட்டகைகூட விடப்பட்டது. ஜனங்கள் டீ கடையை மொய்த்தார்கள். பிறகு வீட்டை நினைத்துக்கொண்டு ஓடினார்கள்.

தெருவில் ஜனப் போக்குவரவு முற்றிலும் நின்று விட்டதுபோல இருந்த சமயத்தில் முத்துவும் கருப்பட்டியும் கிளம்பினார்கள். குழாயடிக்குப் போய் பக்கெட்டை எடுத்துக்கொண்டு நடந்தார்கள்.

நிலா இவ்வளவு பிரகாசமாக இருப்பது சங்கடமான விஷயம்தான். ஆனால் சாகஸம் செய்வது என்று இறங்கி விட்டால் இதெல்லாம் எதிர்கொள்ளப்பட வேண்டிய விஷயம்தான். கூடுமான வரை தெருவை விட்டு ஒதுங்கியவாறு வீட்டு நடைபாதைகளின் இருட்டை ஒட்டி நடந்து போனார்கள். முருகன் தியேட்டருக்குப் பக்கத்துச் சுவரை அடைத்துக்கொண்டு போஸ்டர்கள் ஒட்டப்பட்டிருந்தன. ஒவ்வொன்றிலும் ராமநாதன் கத்தியை உயரத் தூக்கிப் பிடித்துக்கொண்டு, மரத்தின் மேல் ஏறி நின்றுகொண்டு, இடுப்பில் கையை வைத்துக்கொண்டு வெற்றி வீரனாக நின்றான். தவிரவும், தனியாக ராமநாதன் ரசிகர் மன்றத்துப் போஸ்ட்டர் வேறு, தொப்பை ரசிகர்களே! எங்கள் அண்ணனின் வெற்றியைக் கண்டு வேதனைப்படாதீர்கள். இனியாகிலும் மனம் திருந்தி, மன்னிப்பு கேட்டு, எங்கள் அண்ணனின் காலைக் கண்ணீரால் கழுவுங்கள்" என்று கருப்பட்டிக்கு அறைகூவல் விட்டது. பக்கெட்டில் கைகளை விட்டு, இரண்டு கைகளால் அள்ளியெடுத்து ராமநாதன் முகம், மார்பு மற்றும் போஸ்டர் முழுதும் சாணியைத் தடவிப் பூசினான். நாற்றம் கருப்பட்டியாலும் சகிக்க முடியவில்லை. முத்து காவல் பார்த்தான். யாராவது வருவது தெரிந்தால் கனைத்துக் குறிப்புச் சொல்ல வேண்டியது அவன் பொறுப்பு.

அடுத்தது செட்டித் தெரு முக்கில், ஆளுயர கட்அவுட் இருந்தது. ராமநாதன் மாலை அணிந்து நிற்கிற கட்அவுட். அதை நெருங்கியதும் கொஞ்சம் நிதானிக்க வேண்டி இருந்தது. வண்டிக்காரர்கள் இருக்கிற இடம். பெரும்பாலான வண்டிக்காரர்கள் ராமநாதன் ரசிகர்களாக இருந்தார்கள். கட்அவுட்டுக்குப் பின் ஒதுங்கி, பக்கெட்டை மறைவாக

வைத்துக்கொண்டு கருப்பட்டி நின்றான். முத்து சூழ்நிலையை அவதானிக்க, ஒரு நடைபோய் வந்தான். வண்டிக்காரர்கள் தூங்கிக்கொண்டிருந்தார்கள். நடமாட்டமும் இல்லை. கருப்பட்டி சாணியை வாரி, 'சலசல' என்று பூசினான். தலை எட்டவில்லை. கீழிருந்தவாறே அள்ளித் தெளித்தான். சில நிமிஷங்களில் வேலை நடந்து முடிந்து விட்டது. பக்கெட்டைத் தூக்கிக்கொண்டு வேகமாக நடந்து விட்டார்கள்.

அண்ணா வீதியில் ராமநாதன் ரசிகர் மன்றங்களின் தலைமை மன்றம் இருந்தது. எதிரியின் கோட்டைக்குள்ளேயே புகுந்து சாணி பூசுவது அவர்களின் அடுத்தத் திட்டம்.

ஒரு கையில் பீடியும், மற்றொரு கையில் பக்கெட்டுமாகக் கருப்பட்டி விந்தி விந்தி நடந்தான். முத்து தெருவையும் ஆட்களையும் நிதானித்துக்கொண்டு நடந்தான். தலைமை மன்றத்துக்கு அரை பர்லாங் தூரத்திலேயே, நின்று கவனித்தார்கள். மன்றம் சாத்தியிருந்தது. ஒரு காலத்தில் கொடெளனாக இருந்தது அது. மிகப் பெரிய கோயில் வாசல் கதவுகளைப்போல, இருந்த மன்றத்துக் கதவின் ஊடாக எந்த வெளிச்சமும் இல்லை என்று நிதானித்துக்கொண்ட பிறகு, அதை நெருங்கினார்கள் இருவரும்.

முத்து, தெருமுனையில் நின்றுகொண்டான். கருப்பட்டி மட்டும் கதவுக்கு முன்னால் வைக்கப்பட்டிருந்த பட்டியலை அணுகினான். ராமநாதன் பட வசூலும், பக்கத்தில் விநாயகம் பட வசூலும் பல வண்ணங்களில் எழுதி ஒரு பலகையில் ஒட்டப்பட்டிருந்தன. அவசரம் அவசரமாக சாணியை எடுத்துப் பட்டியலில் தடவினான் கருப்பட்டி. பக்கெட்டில் இருந்ததை வழித்துச் சுத்தமாகத் தடவித் தீர்த்தான்.

அந்த நேரத்தில்தான் ஆபத்து குறுக்கிட்டது. மன்றத்துக்கு எதிரே இருந்த ஒரு பாழ்மனையின் எருக்கம் புதருக்குப் பின்னிருந்து வந்தான் கட்டையன். எதிர்புறமாகத் திரும்பி மெயின் வீதியைக் கவனித்துக்கொண்டு நின்றிருந்த முத்து, பின்னாலிருந்து கட்டையன் வருவதைக் கவனிக்கவில்லை.

கட்டையன் நடுத்தெருவுக்கு வந்ததும்தான் முத்து அவனைக் கவனித்தான். "டேய் கருப்பட்டி..." என்று கீழ்க்குரலில் கத்திவிட்டு முத்து ஓடத் தொடங்கினான். அப்புறம்தான் கட்டையன் கருப்பட்டியைப் பார்த்ததும் நெருங்கி ஓடி வந்து மன்றத்தை நெருங்கினான். கருப்பட்டி, கணத்தில் கட்டையனைக் கவனித்து

விட்டு பக்கெட்டை எடுத்துக்கொண்டு விந்தி விந்தி வேகமாக நடந்தான். மன்றத்தின் பலகையை அருகில் வந்து கவனித்த கட்டையன் விஷயத்தை உடன் புரிந்துகொண்டான். "... த்தா... சாணியாடா பூசறிங்க..." என்று கத்திவிட்டு, கருப்பட்டி தூரத்தில் ஓட முடியாது தாவித் தாவி நடப்பதைப் பார்த்தான். பாதை ஓரத்தில் கிடந்த கல் ஒன்று அவன் கவனத்தில் விழவே, குனிந்து கல்லை எடுத்து வீசினான். அலறிக்கொண்டே வீழ்ந்தான் கருப்பட்டி.

ராமநாதனும், விநாயகமும் வரப்போகும் தேர்தலுக்காக ஒன்று சேர்ந்து விட்டார்கள். இருவரின் ரசிகர்களும்கூட ஒன்று சேர்ந்து விட்டார்கள். கூட்டத்திலிருந்து வெளிவந்த ஜனங்கள், முத்துவை இடித்துக்கொண்டு முன் நடந்தார்கள். கூட்டத்துக்கு வழிவிட்டு நடை பாதையில் ஏறி நின்றான் முத்து. யாரோ ஒருவன் கொடி பிடித்துக்கொண்டு, விந்தி விந்தி நடப்பது போல் தெரிந்தது. கருப்பட்டி அல்லன் அவன்.

முத்து எதிராகத் திரும்பி நடந்தான்.

1986

குழந்தைகள்

வாசு சார் வீட்டுக்குத்தான் நாங்கள் போய்க் கொண்டிருந்தோம். நாங்கள் என்றது நானும் பிச்சாண்டியும்.

வழக்கம்போல பிச்சாண்டிதான் சைக்கிளை மிதித்துக் கொண்டு வந்தான். நான் கேரியரில் இருந்தேன். சுள் என்று வீசும் பனிக்காற்று முகத்தில் முள்ளாய்த் தைத்தது. எதிரே வெண்ணாற்றில் குளித்துவிட்டு ஈரப் புடவையுடன் வெடவெடவென்று நடுங்கிக்கொண்டு துணி மூட்டைகளைப்போல மாமிகள் 'லொங்கு லொங்கெ'ன்று ஓட்டமா நடையா என்று விளங்காத வேகத்தில் வந்து கொண்டிருந்தார்கள். ஈரக் கால்களில் அப்பிய ஆற்று மண்ணைத் 'சொதேர் சொதேர்' என்று அவ்வப்போது உதறிக்கொண்டார்கள். கொஞ்சம் இளமையாய்த் தெரிந்தவர்கள், இடுப்பில் குடமும், தோளில் துவைத்துச் சுருட்டிய புடவையுமாக, கறுப்புத் தார் ரோட்டில் பாதச் சுவடுகள் பதிய எதிர் வந்தார்கள்.

சூரியனின் மஞ்சள் கிரணங்கள் தார் ரோட்டைக் கவிந்துகொண்டபோது, நாங்கள் வாசு சார் வீட்டுக் கதவைத் தட்டினோம்.

வீடு பழங்காலத்து ஓட்டு வீடு. பழங்காலத்தை நினைத்துப் பெருமூச்சு விட்டுக்கொண்டு படுத்திருக்கும் திண்ணைக் கிழம் மாதிரி, மிகப் பழைய கம்பி அழி போட்ட ஓட்டு வீடு. அகலமான ரெட்டைக் கதவு. விரல் முட்டியைக்கொண்டு தட்டியதால் வலித்தது.

"யார்?" என்று கதவைத் திறந்துகொண்டு கேட்டது ஒரு பெண் குரல். அப்புறம் ஒரு முகம். அப்போதுதான் குளித்த சாட்சியாக, ஈரம் வடியத் தலையில் துணி சுற்றியிருந்தாள். பச்சென்று தீப்பிடித்து எரிகிற மாதிரி ஒரு முகம். அரக்கு நிறத்தில் ஒரு புடவை. வெள்ளையாக ரவிக்கை.

"வாசு சார் வீடு இதுதானே?" என்றான் பிச்சாண்டி.

"உள்ளே வாங்கோ" என்று கதவைக் கொஞ்சமாய்த் திறந்து திரும்பி நடந்தாள். தரை நோகாத நடை. பாதம் தெரியாத பாங்கில் உடுத்திருந்தாள். நாங்கள் அவளைத் தொடர்ந்தோம். நாலுகைத் தாழ்வாரம். இடப்புறம் தூணில் முதுகைச் சாய்த்துக்கொண்டு வாசு சார் உட்கார்ந்திருந்தார்.

"அப்பா" என்று குரல் அதிராமல் கூப்பிட்டு, கழுத்தை லேசாய்த் திருப்பி எங்களை அவருக்கு உணர்த்தி விட்டு அவள் அறைக்குள் நுழைந்துகொண்டாள்.

நாங்கள் அவருக்கு வணக்கம் சொன்னோம்.

"வாங்க... இப்பத்தான் வராப்பலியா? இன்னும் கொஞ்ச காலமேயே உங்க ரெண்டு பேரையும் எதிர்பார்த்தேன்..."

சுவர்க் கடிகாரம் ஏழு பத்தென்றது. நாங்கள் ஆறு மணிக்கு அவர் வீட்டில் இருப்பதாய் உறுதி சொன்னவர்கள். ஓர் அசட்டுத்தனம் முகத்தில் கவிய, என்ன சமாதானம் சொல்லலாம் என நாங்கள் யோசிக்கையில், அவரே தொடர்ந்தார்.

"இன்னிக்குப் பரவாயில்லை, நாளையிலிருந்து ஆறு மணிக்கே வந்திரட்டும்..." என்றவர் திரும்பி அறையைப் பார்த்து, "அம்மா ஜானகி! அந்த வீணையை இப்படிக் கொண்டு வரட்டும்" என்றார். அப்புறம், "அந்தச் சின்ன வீணையே எடுத்தா..." என்றார்.

நாங்கள் அவருக்கு முன் உட்கார்ந்தோம். எனக்கு மனம் பரபரத்தது. ஒரு வீணையைத் தடவி, நாதத்தை எழுப்பி, அதில் லயிக்க வேண்டும் என்கிற என் நீண்ட நாள் அவா நிறைவேறுகிற தருணம் அல்லவா அது.

ஜானகி, சுவாமிப் படங்களுக்கு முன் போட்டிருந்த அகலப் பலகையின் மேல், துணி போர்த்தி மூடி இருந்த இரண்டு வீணைகளில் அளவில் சிறுசாய் இருந்த ஒன்றை, ஒரு பிறந்த குழந்தையைத் தூக்கி வருவதுபோலத் தூக்கி வந்து எங்கள் முன் வைத்தாள்.

மனிதர்கள் வாசனையால் ஆனவர்கள் போலும். ஒவ்வொருவரிடம் ஒரு வாசனை தங்கி, அவ்வாசனையே அவர்களாய் ஆகிவிடுகிறார்கள். ஜானகி குனிந்து வீணையை ஓசைப் படாமல் வைக்கையில் அவளிடமிருந்து மஞ்சள் பொடி வாசனை கமழ்ந்தது.

வாசு, வீணையைத் தன் மார்பில் அணைத்து, ஒரு நிமிஷம் கண்ணை மூடிக்கொண்டிருந்தார். அவர் உதடுகள் அசைந்தன. அப்புறம் மீட்டினார். ஒற்றை மீட்டல்.

சுத்தமாக, முழுசாக ஒரு வார்த்தை, விண்ணென்று கிளம்பியது. ஷட்ஜம்! கிளம்பியது. பாம்பு ஊர்வதுபோல நெளிநெளியாக வளைந்து வளைந்து நீண்டு நீண்டு, எதனின்றுப் பிறந்து வந்ததோ, அதனிடமே சென்று ஓய்ந்தது.

வீணை என்னிடம் தரப்பட்டது. வலக்கைச் சுட்டு விரலும், இடக்கை விரல்களும் அதனதன் இடத்தில் பதியவே எனக்கு அரை மணி தேவைப்பட்டது.

அந்த முதல் நாள், பெயர் சொல்லி, ஏழு ஸ்வரங்களையும் கூப்பிட்டு மீட்டி, நிறுத்தியபோது, நான் இரண்டாம் முறை பிறந்தது போல் உணர்ந்தேன்.

வாசு, ரொம்ப வித்தியாசமானவராய் இருந்தார்.

நாங்கள் வீணை கற்றுக்கொள்ள அவரை அணுகியபோது, "ஆகா, பேஷா வாங்கோ... வாங்கோ... எப்போ வேணும்னாலும் வாங்கோ. எங்கிட்ட இருக்கிறதை... ஏதோ ஒரு கைப்பிடி... தோண்டி எடுத்திட்டுப் போங்கோ" என்று அவர் கூறியதை என்னால் இன்னும் மறக்க முடியவில்லை.

இந்த மனிதரிடம், இந்தப் பிச்சாண்டித் துடுக்காக, "சம்பளம் எவ்வளவு தரணும்?" என்று கேட்டபோது, ஏதோ சூடு போட்டாற்போல, ஏதோ உள்ளிருந்து கசக்கிப் பிழிகிற வலியில் முகம் துடிப்பவரைப் போல், ரொம்பச் சங்கடப்பட்டு, "சம்பளமா? எதுக்கு? எதுக்கு உங்களால் சம்பளம் தர முடியும்?" என்று அவர் கேட்டதை இப்போது நினைத்தாலும் வலிக்கிறது.

ஆற்றுப் பாசனத்தில் கொஞ்சம் பூமி இருந்தது அவருக்கு. அவரும் அவரின் ஒற்றை மகளும் ஆன இரண்டு பேரே கொண்ட அவர் குடும்பத்துக்கு அது போதுமானதாய் இருந்தது. போதும், போதாமையை யார் நிர்ணயிப்பது? அவர் மனம் நிர்ணயித்திருக்கக் கூடும். ஆகவே வீணையைத் தூக்கிக்கொண்டு மேடைக்கு அலைய

நேரமில்லை அவருக்கு. சரிகை அங்கவஸ்திரம், அத்தர், புனுகு, ஜவ்வாது, பட்டு வேஷ்டி, வைரக் கடுக்கன், வாசனைத் தாம்பூலம், இரவானால் கொஞ்சம் பிராந்தி, கொஞ்சம் விபசாரம் என்பன போன்ற சங்கதிகள் சங்கீதத்துக்குச் சம்பந்தம் இல்லாதவை என்று அவர் நினைத்திருந்தார். யாரேனும் வந்து யாசிக்க மாட்டார்களா என்று கையில் அன்னத்தை வைத்துக்கொண்டு ஏங்கிக்கொண்டிருந்தார் வாசு.

ஒரு நாள் பிச்சாண்டி என்னிடம் சொன்னான்;

"நாளைக்கு வாசு சாரை ஆச்சரியத்தில் அடிக்கப் போறோம்"

"எப்படி?"

"காலங்கார்த்தால நாலு மணிக்கு நாம் போறோம்."

போனோம்.

கம்பி அழிக்குப் பின்னால், முசுமுசுவென்று ஏதோ சுலோகத்தை முனிக்கொண்டிருந்தவர், சைக்கிள் சப்தத்தைக் கேட்டு எட்டிப் பார்த்து, "அடடே... என்ன இவ்வளவு காலங்கார்த்தாலே?" என்றார்.

"ஒரு நாளாவது உங்களை நாங்க வந்து எழுப்பணும்னு நினைச்சோம் சார். நீங்க என்னடான்னா, எங்களுக்கு முன்னாலேயே எழுந்திருச்சிட்டீங்க" என்றான் பிச்சாண்டி.

"ஐயோ பாவம்! உங்களை நான் ஏமாத்திட்டேனாக்கும்" என்று சொல்லிச் சிரித்தார் வாசு. "நேத்திக்கே சொல்லி இருக்கப்படாதா பிச்சாண்டி? சும்மானாச்சும் தூங்கிட்டு இருந்திருப்பேனே?" என்றார்.

"வாங்க போய், ஸ்நானத்தை முடிச்சிட்டு வந்துடலாம்" என்று உள்ளே போய், பிளாஸ்டிக் வாளியை எடுத்துக்கொண்டு வந்தார்.

"ஆத்தங்கரைக்கு வாளி எதுக்கு சார்?" என்றேன் நான்.

"அசுத்தத்தோட கால் அலம்பக் காவேரியில உக்காரதாவது? காவேரி நமக்கு அம்மான்னு அல்லவா வச்சிருக்கோம்" என்றார், வாசு.

நாங்கள் அரச மரத்துப் பிள்ளையார் பக்கத்தில் உட்கார்ந்துகொண்டோம். வாசு ஆற்றங்கரைச் சரிவில் இறங்கி மறைந்தார்.

"சொந்தமா வீணை வாங்கணும் பிச்சு. ஷட்ஜத்தைத் தொட்ட விரலு ரிஷபத்தைச் சட்டுன்னு தொட மாட்டேங்குது. நிறைய வாசிக்கணும்" என்றேன்.

பிள்ளையாருக்கு நிழலாய் நின்ற அரசின் இலைகள் காற்றடித்து விலகும் போதெல்லாம் குபீர் என்று எட்டிப் பார்க்கும் நிலவொளி எத்தனை எத்தனை சித்திரங்கள் வரைந்தன என்கிறீர்கள். ஒரு பத்து பட்டம், அரை வாட்டு அழகி, நான் சித்தரங்களில் லயித்தேன்.

பிச்சுவும் அந்த வேடிக்கைகளைத்தான் ரசிக்கிறான் என்று நான் நினைத்துக்கொண்டிருந்தேன். அவன் திடீரென்று கேட்டான்.

"வைத்தி, அந்த ஜானகியைப் பத்தி என்ன நினைக்கிறே?"

நேரமும் சூழ்நிலையும் சிலரை நினைவுக்குக்கொண்டு வரும். மழைக் காலத்தில் அறைக்குள் அடைபட்டு நான் கிடக்கும்போது, மேட்டுத் தெரு மணிமேகலை நினைவுக்கு வருவாள். மாலைக் கருக்கலில் பஸ்ஸில் பயணம் செய்யும்போது எல்லாம், தவறாது எங்கிருந்தோ ஒரு புல்லாங்குழல் ஓசை எனக்கு மட்டும் கேட்கும். யார் வாசிக்கும் குழல் அது?

"பாவண்டா பிச்சு. இந்தச் சின்ன வயசுல அறுத்துட்டு, வெள்ளைச் சட்டைப் போட்டுக்கிட்டு, விபூதி இட்டுக்கிட்டு நிக்குது பாரு... அதை பார்க்கும் போதெல்லாம் எனக்குச் சொரேல்னு வருதுடா. அது முகத்தைப் பார்த்தியா? பால் வடியுது. ஐயோ பாவம்னு இருக்கு. நாம்ம வாத்தியத்துக்கு முன்னாலே உட்கார்ற போதெல்லாம் அது தூணன்டை வேடிக்கை பார்க்கிறபோது, தேரை வேடிக்கை பார்த்துட்டு நிக்கற குழந்தை மாதிரி இல்லை?"

கப்பென்று ஒரு சோகம் எனக்குள் கவிந்தது. எத்தனை எத்தனை சோகங்கள்! ஒன்றா, இரண்டா? ஊர் சோகத்தைத் தாங்கி கட்டுமா? காவேரி மதகுக் கரையில் மோதி உதிர்வது கேட்டது.

"ப்ச்..." என்றான் பிச்சு.

"என்ன?"

"நான் அவளை லவ் பண்றண்டா வைத்தி."

ஒரு மாடு வாலைச் சுழற்றி நெற்றியில் அடித்த மாதிரி எனக்குப் பொறி கலங்கிற்று.

"நான் எங்கே போனாலும் என் குடியைக் கெடுக்கறதுக்குன்னே என்கூட வர்றீங்கடா. இருட்டில பக்கம் பார்த்துப் பேசு. அந்தப் பெரிய மனுஷன் காதுல விழுந்துடப் போறது. எப்பேர்ப்பட்ட மனுஷன்டா அவர். நீயும் தானே பார்த்தே அன்னிக்கு.

திருவையாத்துக்கு வந்த பெரிய பெரிய வித்வான்கஎெல்லாம் அவருக்கு முன்னாடி வாயைப் பொத்திக்கிட்டு அண்ணா, அண்ணான்னு நின்னதை. இந்த வீணையத் தொட்டுக் கொடுங்கண்ணா, உங்க கை பட்டா கமகம் கதறிக்கிட்டு வராதா. இந்த மிருதங்கக் கட்டையைத் தொட்டுக் கொடுங்கோ சாமி. கட்டைக்குள்ளே நாதம் பிறக்காதா; அண்ணா புதுசா ஒரு பாட்டு கவனம் பண்ணியிருக்கேன் அண்ணா, சித்தே கேளுங்கோ, எல்லாத்தையும் பார்த்துக்கிட்டுதானேடா இருந்தே. இருந்திருந்து அங்க போய் வாயை வக்கிறேங்கறியே. டேய், குழந்தேடா அது. பாவம்டா. டேய் ஏதாவது ஏடாகூடமா செஞ்சு வச்சே, உன்னை நான் செருப்பாலே அடிப்பேன்."

"உனக்கு ஏன்டா மூக்கு விடைக்குது? அட கஷ்டமே, நான்..." என்று என்னவோ தத்துப்பித்தென்று அவன் சொல்லத் தொடங்கும்போது, வாசு குளித்து முடித்து, நெற்றி மார்பு புஜம் முன்கை எல்லாவற்றிலும் விபூதிப் பூச்சோடு வந்துகொண்டிருந்தார். நாங்கள் எழுந்து நின்றோம்.

"வாங்கோ" என்றவாறு அவர் நடக்க, நாங்கள் பின் தொடர்ந்தோம். காய்ந்ததும் காயாத அவன் அணிந்திருந்த திருநீற்றிலிருந்து சுகமான மணம் கமழ்ந்தது.

நாங்கள் வீணையை வணங்கி முன் உட்காரும்போது, ஜானகி எங்கள் மூவருக்கும் காபிகொண்டு வந்து வைத்தாள். கூந்தலின் ஈரத்துணியையும் மீறி நனைந்து முதுகு விசுக்கென்று உதறி உதறி மின்னிவிட்டு மறையும் நட்சத்திரம் மாதிரித் தோன்றி மறைந்தாள்.

காப்பி கசந்தது எனக்கு. எனக்குக் காப்பி கசப்புப் பிடிக்கும். கசப்பதல்லவோ காப்பி. இனிப்பது கஷாயம்தானே. எனக்கு ஏனோ காப்பி வேண்டியிருக்கவில்லை. வாசு சார்கூடக் கேட்டார் சிரித்தவாறு.

"வைத்தி எங்கேயோ சஞ்சாரம் பண்ணிக்கிட்டிருக்கார். வாங்க வைத்தி, வந்துடுங்க. விரலு தப்புத்தப்பாய் பேசறதே...!"

அப்பாவுக்கு நான் கடிதம் எழுதினேன். வீணை கற்றுக் கொள்ளப் போகிறேன் என்று.

அப்பா பதில் கடிதம் எழுதியிருந்தார்.

"உன்னைத் தஞ்சாவூருக்குப் படிக்கத்தான் அனுப்பினேனே தவிர, வீணைக் கற்றுக் கொள்ள அல்ல. குலத்தில் இல்லாத வழக்கமெல்லாம் உனக்கு வேண்டாம். செடியிலோ, மரத்திலோ

பணம் காய்த்து தொங்கவில்லை. விதைப் போட்டு, நெல் விளைகிறது என்றா நினைக்கிறாய்? இல்லை, நெற்றி வியர்வை முற்றி நெல்லாகிறது. பூனை மயிரைப் பிடுங்கி எவனும் புகழ் பெறுவதில்லை."

பிச்சு விரலில் ஒரு மோதிரம் இருந்தது. என்னிடம் ஒரு வாட்ச் இருந்தது. இரண்டும் சேர்ந்து வீணையாயிற்று.

வீணை என் அறைக்கு வந்த நாளை மறக்க முடியாது. தாய் வீட்டில் பெற்றுத் தன் வீட்டுக்குக் குழந்தையைத் தூக்கி வரும் தாய் மாதிரி நான் இருந்தேன் என்றால் அது மிகை அல்ல. பக்கச் சுவர்களில் இடித்து விடாமல், படியேறி அந்தத் தஞ்சாவூர் வீணையை, நானே தூக்கிக்கொண்டு என் அறைக்கு வந்தேன். விடுதியில் இருந்த மாணவர்கள் என்னைப் பின் தொடர, சிறு ஊர்வலமாய் இருந்தது. எல்லோரும் வீணையை மிக ஆச்சரியமாகப் பார்த்தார்கள். நான் 'சரிகமபதநி'யையே மேலும் கீழும் இரண்டு முறை வாசித்தேன். என் சகாக்களின் ஆச்சரியம் அவர்களின் கண்களில் தெரிந்தது. ஒரு மாபெரும் ஜனத்திரளின் முன் நான் வாசிப்பதுபோலவும், ஓர் ஈமனி சங்கர சாஸ்திரியைப்போலவும், சிட்டிபாபுவைப் போலவும் அவர்கள் என்னைப் பார்ப்பதாகவும் எனக்குத் தோன்றியது. பளபளப்பாகக் கழுத்தை மூடிய சிட்டிபாபு அணியும் அந்த வகை ஜிப்பாவைத் தைக்கும் தையற்காரரைத் தேடுவதே என் கவலையாயிற்று.

வீணை என் அறைக்கு வந்த அன்று தொடங்கி, எந்த நேரமும் என் மனம், அறை, விடுதி, வீடு, எங்கும் வீணையின் நாதம் நிரம்பி வழிந்தது. சாப்பிடுகிற, குளிக்கிற நேரம் போக, மற்ற நேரம் எல்லாம் வீணை சப்தத்தையே என் காதுகள் கேட்டன. தொடக்கத்தில் இந்த என் சாதகத்தை, சகாக்கள் ஆச்சரியத்தோடும், ஆதரவோடும் பார்த்தார்கள். நாளாக நாளாக முகம் சிறுக்க, அப்புறம் சிவக்க, கடுகடுப்பாகப் பார்த்தார்கள். பூமியனைய பொறுமைசாலிகளுக்கும் ஓர் எல்லைக்கோடு உண்டு தானே...

நான் எதிர்பார்த்த அந்தச் சம்பவம் ஒருநாள் நிகழ்ந்து முடிந்தது. சரளி வரிசையை முடித்து நாங்கள் அடுத்தப் பாடத்தில் கை வைத்திருந்த நாள். பாடம் முடித்து வெளியே வந்தோம். "ஆற்றங்கரைக்குப் போகலாமா?" என்றான் பிச்சு. மனம் மகிழ்ச்சியோடு இருக்கையில் அதைக்கொண்டாட உகந்த இடம் ஆற்றங்கரை. போனோம். பிச்சுவின் நோக்கம் வேறாய்

இருந்ததை நான் அறியேன். பிள்ளையார் மேடையில் நாங்கள் உட்கார்ந்திருந்தபோது, ஜானகி குளித்து, தகதகவென்று விளக்கிய பித்தளைக் குடத்து நீரோடு திரும்பிக்கொண்டிருந்தாள். ஓர் ஆயிரம் வருஷத்துச் சோகம் மொத்தமாய்க் குடியேறிய முகத்தில், கொஞ்சம்கூட மனசில் கறையில்லாத, மாசில்லாத காரணத்தால் மட்டுமே ஏற்படும் ஒளி நிறைந்திருந்தது.

எங்கள் அருகில் வந்ததும், நின்று "பாடம் முடிஞ்சுடுத்தா?" என்றாள் ஜானகி.

"உம்" என்றேன் நான்.

இந்தச் சந்தர்ப்பத்துக்கென்றே காத்திருந்த பிச்சு, தன் பையில் தயாராய் எழுதி வைத்திருந்த ஒரு மடித்தக் காகிதத்தை எடுத்து அவளிடம் நீட்டினான். அப்படியே எழுந்து ஓடி விடலாமா என்று நான் யோசித்துகொண்டிருந்த தருணத்தில், ஜானகி, "என்ன இது?" என்றாள்.

"வீட்டுக்குப் போய் படிச்சுப் பாரு" என்றான் பிச்சு.

அவள் முகத்தில் ஒரு குழப்பம்.

"எனக்கா?" என்றாள்.

"ஆமாம்" என்றான்.

ஜானகி அக்கடிதத்தை வாங்கிக்கொண்டு நடந்தாள்.

மறுநாள் நான் வாசு வீட்டுக்குப் போகவில்லை. அந்த நிகழ்ச்சிக்குப் பிறகு, நான் என்றுமே போகவில்லை. "உனக்கும் இதற்கும் என்னடா சம்பந்தம்?" என்றான் பிச்சு. இருக்கலாம். எனக்கு மனம் ஒப்பவில்லை. நடந்ததைப் பிச்சு சொல்லி நான் தெரிந்துகொண்டேன்.

கடிதத்தை வாங்கிப் போன ஜானகி, அப்பாவிடம் கொடுத்தாள்.

"அப்பா, உன்கிட்டே பாடம் படிக்க இரண்டு பேர் வருவாங்களே, அதிலே உசரமா மீசை வச்சிட்டு இருப்பாரே, அவர் இதை என்கிட்டை கொடுத்தார். எனக்கு என்னத்துக்கு அவர் கடிதம் கொடுக்கணும்? உனக்காகத்தான் இருக்கும். என்னைப் பிரிச்சுப் படிக்கச் சொல்றார் அப்பா அவர்" என்றுவிட்டு, அப்பாவுக்குக் காலை உணவு தயாரிக்கப் போய் விட்டாள் ஜானகி.

பிச்சு சொன்னான்.

"நீ வரமாட்டேன்னுட்டே. என்னாலே போகாமல் இருக்க முடியல்லே, எனக்கு முடிவு தெரிஞ்சாகணுமே. போனேன். எனக்கு வாசு வீட்டிலே எந்த வித்தியாசமும் தெரியலே. வைத்தி ஏன் வரலைன்னு கேட்டார் வாசு. உடம்பு சரியில்லேன்னுட்டேன். பாடம் முடிஞ்சு வர்றப்போ, வாசு சொன்னார். "பிச்சு உன்கிட்டே கொஞ்சம் பேசணும்"ன்னு. எனக்குத் திக்குன்னுச்சு. பிள்ளையார் மேடைக்கு அழைச்சிட்டுப் போனார். "பிச்சு, நீங்க ஜானகிக்குக் கொடுத்த கடிதத்தை அப்படியே பிரிச்சுக்கூடப் பார்க்காமல் என் கிட்டே கொண்டாந்து கொடுத்தாள் எம் பொண்ணு. ஒரு வாலிபன் இந்த மாதிரி ஒரு கடிதம் கொடுத்தான்னா, அது என்னவாய் இருக்கும்னுகூட அந்தக் குழந்தைக்குத் தெரியல்லே. அவளுக்குப் போய் இப்படி எழுதிட்டீங்களே? சே, சே! இதைத் தப்புன்னு சொல்ல மாட்டேன். எந்தப் புருஷனுக்கும் ஒரு பெண்ணைப் பார்த்து இந்த மாதிரி கேட்கிற உரிமை உண்டு. அந்தப் படிக்கு நீங்களும் கேட்டுட்டீங்க. ஆனால், இதையெல்லாம் புரிஞ்சுக்கிறப் பக்குவத்திலே அந்தக் குழந்தை இல்லியே. பிச்சு நாம என்ன பண்ணட்டும்? தடியால அடிச்சுக் கனிய வைக்கிற சங்கதியா இதெல்லாம்? தானா பூக்கணும். தானா அரும்பணும். நான் உங்களைப் பத்தி ஒண்ணும் நெனைச்சுடலை. நீங்க தொடர்ந்து வந்திட்டிருக்கணும். அப்புறம், சாப்பிடறச்சே ஜானகி கேட்டாள். 'என்னப்பா, அது கடிதம்?'ன்னுட்டு. நான் என்னத்தைச் சொல்லட்டும்? ஒரு வித்வான் எனக்கு எழுதிய கடிதம்னுட்டேன். சரி தானா? நீங்க ஒண்ணும் தப்பா நெனைச்சுக்கப்படாது. என்ன சொல்றாப்பிலே? நாளைக்கு வரணும். கண்டிப்பா வரணும்."

"நீ என்னடா சொன்னே?"

"சார்... கால்ல போட்டிருக்கீங்களே அதை எடுத்து ரெண்டு அடி அடிச்சிருக்கணும் நீங்க, அப்படீன்னேன்."

எனக்குச் சட்டென்று பாரம் இறங்கியது. மனம் நிம்மதியாயிற்று.

பிச்சு சொன்னான். "தெரியாமே ஒரு தப்புப் பண்ணிட்டேன்டா. அந்த மனுஷன் முன்னாலே நிக்கவே கூசுது. நீ என்னடான்னா, வீணையே வேண்டாம்னுட்டியே ஏன்?"

"சங்கீதம் பெரிசுதான். அதை விட மனுஷன் ரொம்பப் பெரியவனா இருக்கானே, அதனாலேதான்."

1985

கேசவன் கல்யாணத்தின்போது

கிருஷ்ணமூர்த்தி நீங்கள் அவசியம் என் கல்யாணத்துக்கு வரணும், வேலை கீலை என்றெல்லாம் சொல்லக்கூடாது. காலையிலேயே முகூர்த்தத்துக்கு வந்துவிடணும். நம் பிரண்ட்ஸ் சர்க்கிள் எல்லாம் வரும். உங்களுக்கும் ஜாலியா பொழுது போகும். அப்புறம் மத்தியானம் சாப்பாடு. நிஜமாகவே நல்ல சாப்பாட்டுக்கு ஏற்பாடு பண்ணியிருக்கேன். கல்யாண மண்டபத்திலேயே கெஸ்ட் ரூம் இருக்கு. படுத்து ரெஸ்ட் எடுத்துக்கலாம். சாயங்காலம் ரிஸப்ஷன் வச்சிருக்கேன். அதிலேயும் நீங்க கலந்துக்கணும். ராத்திரி டின்னர்

முடிஞ்சப்புறம்தான் உங்களை நான் விடுவேன் என்ன? சும்மா தலையை ஆட்டிட்டு வராம இருந்துடக்கூடாது. எனக்கு நீங்க வரலைன்னா ரொம்ப சங்கடமா இருக்கும்...

கேசவன் மூன்றாவது தடவையாக சொல்லிக் கொண்டு போனார். காப்பி வரவழைப்பதாக நான் சொல்லியும், நேரம் இல்லை என்று மறுத்துவிட்டுப் போய்விட்டார். நேரம் இருக்காதுதான். நாளை மறுநாள் கல்யாணம். மாப்பிள்ளை, பத்திரிகை கொடுத்துக்கொண்டும், நெருங்கியவர்களை நேரில் போய் அழைத்துக்கொண்டும் இருக்கிறார்.

என் மேசைக்கு மேலே ஏராளமான காகிதங்கள்... பறந்துவிடாதிருக்க பேப்பர் வெயிட்டுகள் வைத்திருந்தேன். தலைக்கு மேலே ஃபேன். நிதானமாகச் சுற்றினாலும் காற்று உஷ்ணமாக

வந்துகொண்டிருந்தது. என் முதுகுக்குப் பின் ஜன்னல், எட்டிப் பார்த்தேன்.

தூரத்தில் கேசவன் போவது தெரிந்தது. வெள்ளையாகச் சுள்ளென்று அடிக்கும் வெயில். கேசவன் தலையில் கைகுட்டையைப் போட்டு மூடியிருந்தது தெரிந்தது.

அவர் வீட்டுக்கு மூன்று முறை போயிருக்கிறேன். நாலைந்து, வருஷங்களுக்கு முன்னால் முதல் முறை.

அவருக்கு மூன்று தங்கைகள். மூத்தவள் டைப்பிஸ்டாக இருந்தவள், எனக்குக் காப்பிகொண்டு வந்து கொடுத்தவள் அவள்தான். அவளை எனக்கு அறிமுகப்படுத்தி வைத்தார். கேசவனுக்குப் பூஞ்சை உடம்பு. அவள் அவருக்கு அக்கா என்று சொல்லும் விதத்தில் இருந்தாள். முகம் அழகாகவே இருந்தாலும், முற்றிக்கொண்டு வருவது தெரிந்தது.

அவள் போன பின்னால், அவளைப் பற்றித்தான் பேசினோம்.

அப்போது அவளுக்கு மாப்பிள்ளை பார்த்துக்கொண்டிருந்தார் கேசவன். பெண்ணுக்கு வயசாகி விட்டதாகக் கூறி சில நல்ல இடங்கள் தட்டிப் போயின என்றார். சில இடங்களில் பணம் அதிகம் எதிர்பார்க்கிறார்கள் என்றார். ஆனாலும் சம்பாதிக்கிற பெண். அவளுக்காக இல்லையென்றாலும் அவள் சம்பாத்தியத்துக்காக விலை போய் விடுவாள் என்றும் நம்பிக்கையோடு சொன்னார் அவர்.

கேசவன் சொன்னபடியே அந்த வருஷத்திலேயே டைப்பிஸ்ட் விலை போனாள். அடுத்தபடியாக இருந்தவள் படிப்பும் ஏறாமல் டைப்பும் வராமல் வீட்டில் எல்லோர்க்கும் சமைத்துப் போட்டுக்கொண்டிருந்தாள்.

சராசரிக்குக் கொஞ்சம் குள்ளமான தோற்றமும், நிறமும் கொண்டவள் அவள். ஆனால் மூன்று பெண்களில் இவள், கணவனுக்குச் சௌக்கியம் தரக் கூடியவளாக இருப்பாள் என்றார். எந்தத் தடையும் இல்லாமல், எதைப் பேசினாலும் சிரித்துக்கொண்டே பேசுவது அவள் இயல்பாய் இருந்தது. மூத்தவளுக்குக் கல்யாணம் ஆன ஒன்றரை வருஷத்துக்கு அப்புறம், வாங்கியிருந்த கடன் சுமை கொஞ்சம் குறைந்த பின், இவளுக்கும் ஒரு பஞ்சாலை

மேஸ்திரிக்கும் கல்யாணம் நடந்தது. இதற்குள் கேசவன் மேலும் மெலிந்து போனதாக எனக்குப் பட்டது. சொன்னேன்.

பிரபஞ்சன் | 69

சிரித்துக்கொண்டார். தலையைத் தடவிக்கொண்டார். அவருக்கு நெற்றிகூடப் பெரிசாகிப் போயிருந்தது.

கடைசிப் பெண் மிஞ்சியிருந்தாள். முதல் வருஷம் ஹோம் சயின்ஸ் படித்தாள். அவளுக்குக் கணக்கு அல்லது ரசாயனம் படிக்க ஆசை. ஆனால் கணக்குப் போன்ற துறைகள், எல்லார்க்கும் கிடைப்பது அரிதாய் இருந்தது. சிவப்பாயும், ஒழுங்கான உடல் வளர்ச்சியும் ஆரோக்கியமும் கொண்டிருக்கிற, பெரும்பாலும் ஏதேனும் வாகனத்தில் வந்து இறங்குகிற பெண்களுக்கே கணக்குக் கிடைத்தது.

இந்தப் பெண் எப்போது பார்த்தாலும், வீட்டில் ரோட்டில், கல்லூரிக்குப் போகும்போது எங்கே பார்த்தாலும், நாளாகிப் போன அலுமினியப் பாத்திரம் மாதிரி சோபை இழந்து காணப்படுவாள்.

இரண்டாம் வருஷம் வருவதற்கு முன்பே, அரசு எழுதுபொருள்கள் விற்பனைப் பிரிவு குமாஸ்தா ஒருவனுக்கு அவளைக் கல்யாணம் பண்ணி வைத்து விட்டார் கேசவன்.

"படிக்க ஆசைப்படுகிறவள், அவளையாவது படிக்க வையுங்களேன்" என்று கேசவனிடம் சொல்லிப் பார்த்தேன் ஒருநாள்.

"உங்களுக்குத் தெரியாது கிருஷ்ணமூர்த்தி. இவள் பி. ஏ. பாஸ் பண்ணிட்டா எம். ஏ. படிச்ச மாப்பிள்ளையை அல்லவா தேடணும். எங்க ஜாதியில் எம். ஏ. படிச்சவன் ரொம்பக் குறைவு. இருக்கிற ஒருத்தன் ரெண்டு பேரும் கோபுரத்து மேல உட்கார்ந்துகிட்டு நம்மைக் குனிஞ்சு, பார்த்து ஈ எறும்புகிட்டே பேசறது மாதிரி பேசுவார்கள். இவள் எனக்குப் போய் தங்கையா பிறந்திருக்காளே. அவள் தலைவிதி. அனுபவிக்க வேண்டியது தானே, விடுங்க சார்" என்று விட்டார் கேசவன்.

மிக முக்கியமான நிகழ்ச்சிகளுக்குத்தான் நான் போக முடியாத படி இக்கட்டுகள் எனக்கு வரும்.

கேசவன் கல்யாணத்துக்கும் காலையில் போக முடியவில்லை. மாலையில்தான் போனேன்.

ஏறக்குறைய ஒரு மணி நேரம் காத்திருந்த பிறகுதான் பஸ் வந்தது. பஸ்ஸில் ஏறி உட்கார்ந்த பின்னால்தான் கல்யாணப் பத்திரிகையை வீட்டிலேயே வைத்து விட்டு வந்து விட்டது

ஞாபகம் வந்தது எனக்கு. பத்திரிகை தேவையில்லைதான். ஆனால் நான் போக வேண்டிய கல்யாண மண்டபத்தின் சரியான முகவரி ஞாபகத்தில் இல்லை.

வண்டி நிற்கும் இடத்தில் இறங்கி, வீட்டுக்குத் திரும்பி வந்து பத்திரிகையை எடுத்துக்கொண்டு மீண்டும் பஸ்ஸைப் பிடித்துப் போய்ச் சேர்வது சாத்தியமில்லை எனப்பட்டது. அப்படிப் போனால் டின்னருக்குப் பின்னால், நெருங்கிய உறவினர்கள் மட்டும் வெற்றிலைப் போட்டுக்கொண்டு நடந்து முடிந்து போன கல்யாணத்தைப் பற்றிப் பேசியவாறிருக்கும் நேரத்தில் அசட்டுத்தனமாகப் போய் நிற்க வேண்டியிருக்கும் என்று பட்டது.

ஆனாலும் பத்திரிகை கொடுக்கும்போது கேசவன் சொன்னது லேசாக நினைவுக்கு வந்தது.

இந்தப் பஸ்ஸில் ஏறி, இந்தக் குறிப்பிட்ட ஸ்டாப்பில் இறங்க வேண்டும் என்றார். அங்கிருந்து ரொம்பப் பக்கம் என்றார். ஆனால் எங்கு? ஒரு விஷயம் ஞாபகத்துக்கு லேசாக வந்தது. நகரத்துச் சூழலில் சாதாரணமாக இருக்காத அழகான பெயராய் இருந்தது அந்த ஸ்டாப்பின் பெயர், 'குளம்' என்று முடியும். 'என்ன குளம்?' கேசவன் சொல்லியிருந்தார்.

"வழி தேடி நீங்கள் அலைய வேண்டிய அவசியமே இல்லை... குளம் ஸ்டாப்பில் இறங்கி பத்தடி தூரம் போனால் போலீஸ் ஸ்டேஷன் வரும். அதை ஒட்டி இடது புறமாகத் திரும்பும் தெருவில் திரும்பினால் கொஞ்ச தூரத்திலேயே அந்தக் கல்யாண மண்டபம் வரும். அந்தத் தெருவில் நிறைய கல்யாண மண்டபங்கள் இருக்கும். நம்முடையதுதான் கொஞ்சம் ச்சீப்.

வண்டி போய்க்கொண்டிருக்கும் போதே, கன்டக்டரிடம் "குளம் ஸ்டாப் வந்தால் சொல்லுங்கள்" என்றேன்.

"அல்லிக்குளம் ஸ்டாப் தானே, சொல்கிறேன்" என்றதும்தான் எனக்கு நிம்மதியும் ஆசுவாசமும் ஏற்பட்டது.

கேசவன் சொன்னபடியே அல்லிக்குளம் ஸ்டாப்பில் இறங்கி கொஞ்ச தூரம் நடந்தவுடனே போலீஸ் ஸ்டேஷன் வந்தது. இடது புறமாய்த் திரும்பினேன், நடந்தேன்.

இந்த ஊரில் பெட்டிக் கடைகளைப்போலக் கல்யாண மண்டபங்களும் பெருகிக்கொண்டிருந்தன. எனக்கு எதிரே கல்யாணத்துக்குப் போய் வருகிறார்கள் எனப் பட்டுப்புடவை

பிரபஞ்சன் | 71

கசப்பில் பெண்கள் குழந்தைகளோடும் தாம்பூலப் பைகளோடும் எதிரில் வந்தார்கள்.

“எங்கே... கேசவன் கல்யாண வரவேற்பில் இருந்தா” என்று நான் கேட்கலாம். தப்பில்லை. ஆனால் ஏனோ கேட்கவில்லை.

முதலில் எதிர்ப்பட்ட கல்யாண மண்டபத்தின் வாசலில் வாகனங்களும், புதிய ஆடைகளோடு மனிதர்களும் நின்றிருந்தார்கள். என் மனசில் என்னவோ இந்த மண்டபம் இல்லை என்று தோன்றவே மேலும் நடந்தேன்.

அடுத்தாற் போல் இன்னொரு மண்டபம் வந்தது. அங்கும் வாகனங்கள், மக்கள் மைக் வழியாக தமிழ் சினிமாப் பாடல்கள். இதுவும் இருக்காது என்று தோன்றியது.

சந்தின் திருப்பத்தில் ஒரு கல்யாண மண்டபம் இருந்தது. வாசலிலேயே ஒரு சின்ன டேபிள் போட்டிருந்தது. துணி விரிப்பின்மீது சந்தனம், பன்னீர்ச் செம்பு, குங்குமச் சிமிழ், ஆரஞ்சுச்சுளை மிட்டாய்கள் வைக்கப்பட்டிருந்தன. என்னை, தயங்கி நின்ற என்னைக் கண்டு, மேசையின் பக்கத்திலே நின்றிருந்த ஓர் இளைஞனும் யுவதியும் சிரித்தபடி கும்பிட்டார்கள்.

இதுதான் கேசவன் கல்யாண மண்டபம் என்று ஏனோ சர்வ அலட்சியமாகத் தோன்றியது. உள்ளே நுழைந்தேன்.

குழந்தைகள் குறுக்கும் நெடுக்கும் ஓடி விளையாடிக் கல்யாண குதூகலத்தை அனுபவித்துக்கொண்டிருந்தார்கள். வயதானவர்கள் தங்களுக்கென்று அளிக்கப்பட்டிருந்த சௌகரியமான ஆசனத்திலிருந்து மௌனமாக வேடிக்கை பார்த்தவாறு இருந்தார்கள். இளைஞர்களும் நடுவயதுக்காரர்களும் நடந்துகொண்டும் கும்பல் கும்பலாக நின்று பேசிக்கொண்டும் இருந்தார்கள். இளம் பெண்கள் தங்கள் வெவ்வேறு ஆகிருதிகளை வெளிப்படுத்திக் கொள்ளத்தக்க தருணமாக அந்த மாலைப் பொழுதைப் பயன்படுத்திக் கொண்டிருந்தார்கள்.

ஓர் இளைஞர் என்னிடம் வந்து “இப்படி வாங்க சார்” என்று மாடிக்கு அழைத்துப் போனார். வரிசையாக நாற்காலி மேசை போட்டுச் சிலர் சாப்பிட்டுக்கொண்டிருந்தார்கள்.

“சாமி... சாரைக் கவனி...” என்று விட்டு என்னைப் பார்த்து, “சாப்பிட்டு வாங்க சார்” என்று சொல்லிவிட்டுப் போய்விட்டார்.

சாமி என்கிற இடுப்பில் துண்டும், மேலே பனியனும் அணிந்திருந்த ஒருவர் என்னை ஓர் இலைக்கு முன்னால் உட்கார வைத்தார்.

முதலில் பாலில் செய்யப்பட்ட பெங்காலி இனிப்பு பரிமாறப்பட்டது. சாப்பிட்டேன். எனக்கு பெங்காலி இனிப்புர் பிடிக்கும்.

“இன்னொன்று போடட்டுமா சார்?” என்றார் சாமி. நான் மறுக்கவில்லை.

அடுத்த படியாகப் பூந்தி போட்டார்கள். அதுவும் நன்றாகவே இருந்தது. ரசித்துச் சாப்பிட்டேன்.

காரமாக மிக்சர், உண்மையான மிக்சர். மிக்சரில் சிறப்பான விஷயம், அதில் முந்திரிப் பயிறுகள், முழு முழுத் துண்டுகளாய்க் கிடந்தன.

கேசவன் சாப்பாட்டு விஷயத்தில் பிரமாதப்படுத்தி விட்டார் என்று நினைத்தேன். மாலை டிபனே இப்படி இருந்ததெனில் இரவு சாப்பாடு எப்படி இருக்கும் என்று கணக்குப் போட்டேன். ஆச்சரியமாக இருந்தது.

கடைசி நாள் வரை கல்யாணச் செலவுக்காக, கேசவன் பணம் தேடி அலைந்து திரிந்தது எனக்குத் தெரியும். கடைசியில் எவ்வாறு பணம் கிடைத்தது? மூன்று தங்கைகளைக் கரையேற்றி, நெற்றி பின்னுக்குப் போன பின்னால் கல்யாணம் பண்ணிக் கொள்ளும் கேசவன், சந்தோஷமாக இருக்க வேண்டும் என்று மனசு சொல்லிக்கொண்டது.

கடைசியாகக் காப்பி கொடுத்தார் சாமி. கல்யாணக் காப்பி மாதிரி இல்லை. நிஜமான காப்பி.

“காப்பி எப்படி சார்...?” என்றார் சாமி.

“ஃபஸ்ட் கிளாஸ்...” என்றேன் நான்.

“சாமி தயாரிப்பாச்சே சார்! என் கையால சாப்பிட்டவங்க கல்யாணத்தை வேணும்னா மறந்துடலாம். நான் பண்ணிப் போட்டதை மறக்கக்கூடாது...” என்றார்.

திருப்தியோடு கீழே வந்தேன்.

உட்கார்வதற்கு நாற்காலிகள் அடுக்கப்பட்டிருந்தன. சிலர் உட்கார்ந்திருந்தார்கள். அதிகமாக வயதானவர்களே கையில்

பெட்டி பெட்டியாக அன்பளிப்புகளை வைத்துக்கொண்டு உட்கார்ந்திருந்தார்கள்

நானும் ஒரு நாற்காலியில் உட்கார்ந்துகொண்டேன். மணமக்களுக்கு என ஒரு சோபா போடப்பட்டு அலங்கரிக்கப்பட்டிருந்தது. பக்கத்தில் மேடை. அந்த மேடையில், பார்த்துக் கொண்டிருக்கும்போதே சில பேர் ஐரோப்பிய இசைக் கருவியை எடுத்துக்கொண்டு தோன்றினார்கள். தோன்றி இசை மீட்டத் தொடங்கினார்கள்.

சுற்றும் முற்றும் எனக்குத் தெரிந்த முகம் ஏதாவது தெரியாதா என்று ஏக்கம் வந்தது. கேசவனின் மூன்று தங்கைகளில் ஒருத்தி முகமும் தென்படவில்லை. அது மட்டும் அல்ல, அவர்களின் கணவன்மார்களும் தென்படவில்லை.

மேடைக்குப் பின்னால் ஓர் அறை இருந்தது. மாப்பிள்ளையும் பெண்ணும் அங்கு இருப்பார்கள்.

உள்ளேயே போய்க் கேசவனைப் பார்த்துவிடணும்போல இருந்தது. ஆனாலும் கூச்சமாய் இருந்தது.

வந்திருந்த நபர்களின் தோரணையைப் பார்க்கும்போது முதல் முறையாக எனக்குச் சந்தேகம் ஏற்பட்டது. இது நான் வர வேண்டிய கல்யாண மண்டபம் இல்லை. இது கேசவன் கல்யாணமும் இல்லை என்று.

குப்பென்று உடம்பில் உஷ்டம் பரவி, வேர்ப்பது எனக்குத் தெரிந்தது. ஃபேனுக்குக் கீழேதான் நான் உட்கார்ந்திருந்தேன்.

மேடைக்குப் பின்புறம் இருந்த அறையில் இருந்து கோட் அணிந்த பெரியவர், அவரைத் தொடர்ந்து ஒரு பெரியம்மா இருவரும் வந்தார்கள். இவர்களுக்குப் பின்னால் இளைஞர்களும் இளம் பெண்களும் ஆரவாரமாக பெரியவர்களைத் தள்ளிக்கொண்டு வருவது போல் சோபாவை நோக்கி வந்தார்கள்.

சோபாவின் அருகில் வந்ததும், ஒருவர் ஒரு மாலையை பெரியவர் கழுத்தில் போட்டார். மற்றொரு மாலையை அவர் கையில் கொடுத்து பெரியம்மாவுக்குப் போடச் சொன்னார். பெரியவரும் சிரித்தவாறு போட்டார். அந்த வயதான, அறுபதை நெருங்கிக்கொண்டிருந்த அம்மாவின் முகம் திடீரெனச் சிவந்தது. கண்களில் லேசாக நீர் அரும்புவது போல் எனக்குப் பட்டது. அரும்பியது உண்மைதான்.

மாலை போட்டவர் பெரியவரின் கையைக் குலுக்கி வாழ்த்துத் தெரிவித்தார். அடுத்ததாக, இளைஞர்கள், பெண்கள் குழந்தைகள் எல்லோரும் அவர்கள் காலில் விழுந்து ஆசீர்வாதம் பெற்றார்கள்.

எனக்குச் சர்வ நிச்சயமாகிவிட்டது. கேசவன் கல்யாண வரவேற்பு இல்லை. யாரோ ஒரு பெரியவரின் அறுபது ஆண்டு விழா. காலையில் சாஸ்திர பூர்வமாகக் கல்யாணம் முடிந்திருக்க வேண்டும். மாலையில் நண்பர்களுக்கு இது.

எனக்கு முதலில் அவமானமாக இருந்தது. யாரோ ஒருவர் வீட்டில், அவர் அழைப்பின்றிப் புகுந்து சோறும் தின்றது போல் இருந்தது. இரண்டு தரம் வாங்கித் தின்ற பெங்காலி ஸ்வீட், முந்திரிப் பயிறு கிடந்த மிக்சர் எல்லாம் நினைவுக்கு வந்தன.

திருடனைப் பார்ப்பதுபோல என்னை யாரும் பார்க்கிறார்களா என்று நோட்டமிட்டேன். அப்படி யாரும் இல்லை.

உடனே அந்த இடத்தை விட்டு எழுந்து வந்து விடணும்போல இருந்தது. ஆனாலும் எழுந்து போகக்கூடாது என்றும் இருந்தது.

அந்தப் பெரிய மணமக்களைச் சுற்றிக்கொண்டு ஒரு கூட்டம் பரிசுப் பொருள்களைக் கொடுத்துக்கொண்டு இருந்தது. சுற்றி நின்றவர்கள் சிரிப்பைப் பூசிக்கொண்டு, சந்தோஷத்தில் அமிழ்ந்து வாரி இறைத்தாற் போல் இருந்தது. ஆனந்தம் அன்றி வேறொன்றும் அங்கு இல்லை என்பதாக இருந்தது அந்தச் சூழல்.

பெரியவர்களைச் சுற்றி நின்ற பெண்கள் அவர்களின் மகள்களாக, மருமகள்களாக இருக்கிறார்கள். ஆண்கள் மகன்களாக, மருமகன்களாக இருக்கிறார்கள்.

அந்தப் பெரியவர்களின் முகம் என்னுள் ஆழமாகப் பதிந்திருந்தது. ஒரு வெற்றிகரமான வாழ்க்கையை நடத்தின, சந்தோஷக் களைப்பு அந்த முகங்களில் இருந்தது.

உனக்கு இது, உனக்கு இது என்று பங்கிடப்பட்டு அந்தப் பெரிய தம்பதிகளுக்கு அளிக்கப்பட்ட கடமையைச் செய்து தீர்த்த அமைதி, அவர்களின் முகங்களில் இருந்தது. தொடர்பு அறக்கூடாத ஒரு பெரிய சங்கிலியில் ஒரு கண்ணியாகத் தம்மை இணைத்துக்கொண்டு தம்மோடு இன்னொரு கண்ணி இணைய இடம் கொடுத்திருக்கிற பொறுப்பு... எனக்கு மனசு நிறைவாய் இருந்தது.

பிரபஞ்சன் | 75

பெண்கள் அந்த வயதான மணப்பெண்ணை என்ன என்னமோ சொல்லிக் கேலி செய்வது தெரிகிறது. அந்த அம்மா என்னவோ சொல்லிச் சிரிப்பதும் தெரிந்தது. யாரோ ஒரு சின்னப் பெண், ரொம்ப கிண்டலாக என்னவோ சொல்லியிருப்பாள் போலும். அவளை அடிப்பதாகப் பாசாங்குக் கோபம் காட்டித் தன் கையை உயர்த்தினாள் அந்தத் தாய். இளையவள் சிரித்துக்கொண்டே விலக, ஒரு சிரிப்பொலி அலை அலையாகப் பரவி ஓய்ந்தது.

அடிக்க ஓங்கிய கையோடு அந்த அம்மா, இளையவள் கையில் இருந்த குழந்தையை வாங்கிக்கொண்டாள்.

நரைத்த தன் கூந்தலுக்கு மல்லிகைப்பூ வைத்திருந்தார் அந்த அம்மா. புதுப்பெண் போலவே பட்டுப் புடவை கட்டியிருந்தார்.

ஹால் முழுக்க வெளிச்சம் பரவியிருந்தது. மேலே வர்ண வர்ணப் பலூன்கள், காகிதப் பூக்கள் சூழ்நிலையை ரம்மியப்படுத்த முயன்றுகொண்டிருந்தன.

இசைக் கருவிகள் இணைந்து உரத்தக் குரல் எழுப்பின. கூட்டம் கொஞ்சம் குறைந்திருந்தது. சிரம பரிகாரமாக அந்தத் தம்பதிகள் உட்கார்ந்தார்கள். ஒரு பெண் இரண்டு டம்ளர்களில் அவர்களுக்குக் குடிக்கக் கொண்டு வந்து கொடுத்தாள்.

நான் எழுந்து அவர்களை அணுகினேன். நான் புதியவன் என்கிற பாவமே அந்தப் பெரியவரிடம் இல்லை. நான் நீட்டிய கைக்குள் அவர் தன் கையை இணைத்துக்கொண்டார். அந்த அம்மாவின் காதுப் பொட்டில் வியர்வை துளிர்த்திருந்தது.

வாசலில் தாம்பூலம் கொடுத்தார்கள். பெற்றுக்கொண்டு வெளியே வந்தேன்.

இருட்டியிருந்தது.

வாசலை ஒட்டி நரிக்குறவர் கூட்டம் ஒன்று இரைந்து பேசிக்கொண்டு காத்திருந்தது.

கேசவன் கல்யாணத்துக்குப் போக முடியாததில் எனக்கு வருத்தம் இல்லை. ஆனால் அவருக்கு இருந்ததைப் பின்னால் அறிந்தேன்.

1986

சினேகம்

"என்ன நாய்க்கரே! தானா சிரிச்சுக்கிறீங்க... வர்றீங்களா... ஒரு டீ அடிக்கலாம்..." என்றது ஒரு குரல்.

விழிப்புக்கும் உறக்கத்துக்கும் ஊடாக, கனவில் திளைத்திருந்தவர், உணர்வுக்கு மீண்டார். வெட்கத்துடன் சிரித்துக்கொண்டார். குரலின் சொந்தக்காரனைப் பார்த்தார்.

யாரும் இல்லை.

வீதியின் இருபுறமும் தேடினார். பால் குவளை யுடன் ஒருவர் சைக்கிளில் போய்க் கொண்டிருந்தார். ரிக்ஷா வண்டியில் பள்ளிச் செல்லும் குழந்தைகள் இவர்களாக இருக்க முடியாது.

அவர் வழக்கமாக உட்காரும் ஒதியஞ்சாலை மைதான ஓரம், அதே தூங்கு மூஞ்சு மரத்தடி எப்போவாவது எரியும் விளக்கு மரம். ஓரம் கிழிந்த ஒற்றைப்பாய். கிளிக்கூண்டு. கூண்டுக்கு வெளியே விக்னேசுவரர். உள்ளே வள்ளி தெய்வானை சமேத சுப்ரமண்யர். டீ குடிக்கக் கூப்பிட்டவர் இவர்களாகவும் இருக்க முடியாது. கூண்டுக் கிளியும் தன்னையும் தவிர வேறு ஜீவன்கள் அருகில் இல்லை.

"என்னடாது... குரல் வருது... ஆளைக்காணோம்... குறளி வித்தையால்லே இருக்கு..." என்றார் வாய்விட்டு.

நாய்க்கர் எது பேசினாலும் அதை எதிரொலிக்கிற வழக்கம் பச்சைக் கிளிக்கு ஏற்பட்டிருந்தது.

"கிக்கீ" என்றது அது.

"நீ யாரையாச்சும் பாத்தியா... நாய்க்கரேன்னு கூப்பிட்டுச்சே ஒரு குரல்... டீ சாப்பிட வேறு கூப்பிட்டுச்சு..."

"கிக்கீ..."

"இல்லியே... உனக்கு தெரியாமே யாரு வருவா, போவா... போற வர ஆளுங்க நோட்டம் விட்டாலே என்னைக் கூப்பிட்டுச் சொல்லுவியே நீ... குரல் கேட்ட மாதிரி இருந்துச்சி... ஆளைக் காணும்... அதான் கேட்டேன்..."

நாய்க்கர் கண்ணை மூடிக்கொண்டார். மூடியதும் இருட்டு வருகிறது. வெளிச்ச ரேகைகள் கட்டாயமாகக் கண்ணுக்குள் பிரவேசித்துச் சிவப்பும், ஆரஞ்சுமாகக் கோடுகள் கிழிக்கின்றன. இன்னும் கொஞ்சம் கெட்டியாகக் கண்ணை மூடிக்கொண்டால் என்னென்னவோ மனசுக்குள் வந்து குதியாட்டம் போடுகிறதே.

நினைவுகள், சம்பவங்கள், குடுகுடுப்பைக்காரன் சட்டை மாதிரி, வர்ண வர்ணமான, விதவிதமான சம்பவங்கள்...

நாய்க்கர் மேலே மேலே போய்க்கொண்டிருந்தபோது, அவரை மண்ணுக்குக் கொண்டு வந்தது வயிறு.

உந்திச் சுழிக்கு நேராகத் தொடங்கி, வயிறு முழுக்கப் பரவி துணி பிழிவது போல், குடலை முறுக்கி ஒரு உதறு உதறி நின்றது வலி. நாய்க்கருக்கு தெரிந்து விட்டது இது பசி.

*

நேற்று மத்தியானம் ரெண்டு மசால் வடையும், டீயும் சாப்பிட்டிருந்தார். சாயங்காலம் ஒரு டீ அவ்வளவுதான். இன்று காலை வரையிலும் வயிற்றில் ஒரு பருக்கை விழவில்லை. 'ஏன் போடவில்லை?' என்று கேட்கிறது வயிறு. அதன் பாஷை அது.

"ஒரு டீ குடிச்சா நல்லாயிருக்கும். இருக்கும்தான். துட்டு வேணுமே. இன்னேரம் துட்டு இருந்தா ரெண்டு வாட்டியில்லே டீயை ஊத்திக்கிட்டு இருப்பேன்."

"கிக்கீ"

"அதான் உனக்குத் தெரியுமே... உனக்கும் தெரியாமயா நான் உண்ணுறதும் உறங்கறதும்... கிளியம்மா..."

"கிக்கீ"

சரட்டென்று ஒரு நட்சத்திரம் விழுவதுபோல, காலை நிகழ்ச்சி ஒன்று அவர் நினைவுக்கு வந்தது.

வைகறையில் எழுந்து கொள்கிற நாயக்கர் தெருக்குழாயில் பெண்கள் வருவதற்கு முன்னமே குளித்து கழுத்துக்கு கீழே இறங்கி வருகிற தலை முடியைத் துவட்டிக் காய வைத்து, நெற்றிக்கு இட்டுக்கொண்டு, மேலே மார்பை மூடிய துண்டும், கெட்டி நீலக் கைலி கீழேயும், கட்டைச் செருப்பு டக்கு 'டக்'கென்று ஒலிக்க, கிளிக் கூண்டும் பாயுமாகப் புறப்பட்டுப் பிள்ளையார் கோயில் வாசலில் நின்று ரெண்டு நிமிஷம் கண்ணை மூடிக்கொண்டிருந்துவிட்டு, கிளம்பி சுகுமாரன் நாயர் டீ கடை பெஞ்சில் "சம்முவா" என்று முணுமுணுத்தவாறு நாய்க்கர் குந்தினார் என்றால், கிழக்கு வெளுத்து விட்டது என்று பொருள்.

இன்று காலையில்கூடப் பழக்க தோஷத்தால் சுகுமாரன் கடை வாசலில் வந்து அமர்ந்தார். சுகுமாரன் ஊது பத்தியைக் கொளுத்தி, சாமி படங்களுக்கு முன் நின்றுகொண்டிருந்தான். ஓரக் கண்ணால் நாய்க்கரைப் பார்த்து, 'உட்காருங்க' என்று கண்ணாலேயே சொல்லி விட்டுக் காரியத்தைத் தொடர்ந்தான்.

கையில் காசு இல்லாதது அப்போதுதான் சட்டென்று அவருக்கு உறைத்தது. பதறிப் போய், எழுந்து சத்தமில்லாமல் நழுவி விட்டார்.

"என்ன மடத்தனம் பண்ண இருந்தேன். பாத்தியாம்மா கிளியம்மா... சுகுமாரன் போனி பண்றதுக்குள்ளே கடனுக்குப் போயி நின்னா நல்லாவா இருக்கும்? சேச்சே..."

"கிக்கீ"

"என்ன சோசியக்காரரே... போனி ஆச்சா...?" என்றது ஒரு குரல்.

திடுக்கிட்டுப் போனார் நாய்க்கர். இம்முறை அரூபம் இல்லை. நிஜமான மனுஷன்தான். கிளீனர் கிஷ்டன். ஆயில் அழுக்கு, பீடி வாசனைகள் கலந்தடிக்க எதிரில் நின்றிருந்தான்.

"இனிமேதான்" என்றார்.

"இவ்ளோ காலங்கார்த்தாலே எவன் வருவான்னு உக்காந்திருக்கீரு... வாயேன் ஒரு டீ சாப்பிடலாம்..."

எதிர் சரகத்திலேயே வரிசையாக டீ கடைகள், பெட்டிக் கடைகள், இரவு பரோட்டாக் கடைகள் எல்லாம் இருந்தன. நாய்க்கர் எழ இருந்தார். என்னமோ பிடித்து அவரை அழுத்தியது. மனம் மாறி, "நீ போய்வா... நான் இப்பத்தான் சாப்பிட்டேன்" என்றார். வாயை மூடித் தொங்கிக்கொண்டிருக்கிற நரை மீசையைத் தடவி விட்டுக்கொண்டார்.

கிஷ்டன் போய்விட்டான்.

நாய்க்கர் சமைந்து போய் உட்கார்ந்திருந்தார். "எது என்னைத் தடுத்துச்சி... ஏன் நான் போகல்லே... உபசாரத்தோடு வந்த டீயை எதுக்காக மறுத்தேன்.?"

அவருக்குப் புரியவில்லை. புரிகிற மாதிரியும் இருந்தது. கிஷ்டனின் அழைப்பில் ஒரு 'ஐயோ பாவம்' இருந்திருக்குமோ?

நாய்க்கர் தலை நிமிர்ந்து கிளியைப் பார்த்துச் சொன்னார். "எங்க அப்பாவை நீ பார்த்திருக்கையா பச்சையம்மா... நல்லமுத்து நாய்க்கருன்னா அவனவனும் தலைப்பாவை அவிழ்த்துக் கக்கத்துல வச்சுக்கிட்டு நிப்பானுவ. நீ பார்க்கணுமே அதை. வேஷ்டி முனையைத் தொடையில சொருகிக்கிட்டு நிப்பானுவ. ராசா மாதிரி வாழ்ந்தவங்க நாங்க..."

எதிர் சரகத்து டீ கடையிலிருந்து சர்ரென்று காற்றில் சுழன்றுகொண்டு வந்தது வடை வாசனை. மசால் வடை போடத் தொடங்கி விட்டான் கடைக்காரன். கடலைப் பருப்பும் வெங்காயமும் மினுங்குகிற, பிட்டால் ஆவி பறக்கிற மசால் வடை. நினைத்த மாத்திரத்தில் அந்த வலி மீண்டும் வந்து விட்டது நாய்க்கருக்கு. உந்திச் சுழிக்கு நேராகத் தொடங்கி, வயிறு முழுக்கப் பரவி, துணி பிழிவதுபோல குடலை முறுக்கி, ஓர் உதறு உதறி நின்றது வலி. பசியாகிய வலி.

நாய்க்கர் தனக்குள் முழுகிப் போனார்.

நாலு கைத் தாவாரம் நடுவில் வாசல் கம்பளம் விரித்துப் பத்துப் பதினைந்து பேர் உட்கார்ந்திருக்கிறார்கள்.

"நம்ம பஞ்சாயத்துல ரெண்டு பக்கத்துக்கும் சம்மதம்தானே..." என்கிறார் நல்லமுத்து நாய்க்கர். கூட்டத்திலிருந்து கொஞ்சம் தள்ளி அட்டணைக்கால் போட்டு உட்கார்ந்திருக்கிறார்.

"உங்க வார்த்தைக்கு எதிர்வார்த்தை ஏது? எள்ளுமுனை பிசகுமா நாய்க்கர் நாயம்?" என்று இரண்டு பக்கத்தார்களும் மனப்பூர்வமாக ஒப்புக் கொள்கிறார்கள்.

"சரி... அப்போ கையை நனையுங்க..." என்கிறார் நல்லமுத்து நாய்க்கர்.

லாரி ஒன்றின் ராட்சஸ ஹார்ன் சத்தத்தைக் கேட்டு நாய்க்கர் திடுக்கிட்டு விட்டார். அவரை அலக்காகத் தூக்கித் தரையில் போட்டது மாதிரி இருந்தது. அவர் கிளியிடம் திரும்பினார்.

"கேட்டியாம்மா கிளியம்மா... அப்பாரு எல்லாரையும் பாத்து, 'சரி கையை நனையுங்க'ன்னதும் அவனவனுக்குத் திடுக்குனாயிட்டுது. ஒருத்தர் ரெண்டு பேருன்னா பரவாயில்லே, பத்துப் பதினைஞ்சு பேரு, திடும்னு போயி பந்தியில குந்தினா நல்லாவாயிருக்கும். 'பரவாயில்லே, இன்னொரு வாட்டி சாப்பிறது' என்னைப் பார்த்து, "பையன் கல்யாணத்துக்கு வட்டியும் முதலுமா சாப்பிடறது அப்பிடின்னாரு ஒரு பெரியவரு. 'அப்போ சரி போயிட்டு வாங்க'ன்னு சொன்னாரா எங்க அப்பா? அதுதானே எங்ககிட்டே கிடையாது. அப்பா சொன்னாரு. 'அது இக்கவே இருக்கு, இப்போ கையை நனைங்க. சாப்பாட்டு நேரத்துல நாய்க்கன் வீட்லேந்து மனுஷங்க பட்டினியா போறதாவது? அப்புறம் இந்த உலகு வாழ்க்கை எதுக்கு? பேசாமே கையை நனைங்க...' அப்படீன்னாரு. அப்புறம் எவன் என்ன பேசறதுக்கு இருக்கு. அப்பாரு என்னைப் போயி பந்தி விசாரிக்க அனுப்புனாரு பச்சையம்மா... எனக்கு இன்னைக்கும் நல்லா ஞாபகத்துல இருக்கு. என் கண்ணு முன்னால நடந்தது மாதிரியில்லே இருக்கு. வாழக்காயி குழம்பும், எண்ணெய் மினுங்கிற உருளைப் பொரியலும், பொன்னாங்கண்ணிக் கூட்டும் அன்னைக்கு. கேளேன், இந்தக் கூத்தே! ஒரு நரைச்சுப் போன பெரிசு என்னைப் பார்த்து சொல்லுச்சு. 'பெரியசாமி, ராசாவுக்குப் படை ஊழியம் பண்ண பரம்பரைப்பா நீயி... வன்னிய ஷத்திரியன் ஆச்சே, உங்க அப்பன்' அப்படீங்குது... கடை வாயில் தயிர் வழியுது."

பெரியசாமி நாய்க்கர் மீசையைத் தடவிக்கொண்டார். "தூத்தேறி... பசிச்சவன் பழங்கணக்குப் பார்க்கிறா மாதிரி, இப்ப எதுக்கு அது எல்லாம்? போனது போச்சு... வாய்ச் சொல்லும் முலைப் பாலும் வந்துட்டா பிறகு உள்ள போவுமா என்ன? தரித்திர புத்தி, எச்சி இலையை மடிச்சு இடுப்பில சொருவிக்கிட்ட மாதிரி... சரி உடு அத்தே..." என்றார்.

கிளி "கிக்கீ" என்றது.

வடை மணம் மீண்டும் வந்து அவர் புலன்களைத் தாக்கி மீண்டும் அவருக்கு வலியைத் தோற்றுவித்தது. அவர் மீண்டும் கிளியைப் பார்த்தார். கிளி "கிக்கீ" என்றாவறு மூக்கைச் சிறை கம்பிகளில் வைத்துத் தீட்டிக்கொண்டது. கூண்டைத் திறந்து கிளியே எடுத்து மேலே மூடு பலகையின்மீது விட்டார். அவ்வாறு விடப்படும் போதெல்லாம் அது, ஓர் அடி நீளம் உள்ள கூண்டின் ஒரு முனை தொடங்கி, மறுமுனை வரை நடைபோடும்.

வழக்கத்துக்கு மாறாக, கிளி பிடித்து வைத்தது மாதிரி அப்படியே தலையைக் கவிழ்ந்துகொண்டு நின்றது. கழுத்து மோதிரம் தெரிய தரையைப் பார்த்தது கிளி.

பழக்கத் தோஷத்தால், பெருங்காய டப்பியை எடுத்தார். திறந்தார்.

நாய்க்கர் துணுக்குற்றார். டப்பி காலியாக இருந்தது. நேற்று ராத்திரியே அது காலியாகத்தான் இருந்தது. பஸ் உரிமையாளர் மாரியப்ப உடையார் சம்சாரம், புண்ணியமாகக் கருதி கிளிக்கு அவ்வப்போது நெல் கொடுப்பது வழக்கம். நேற்று மாலை நாய்க்கர் அவள் வீடு தேடிப் போயிருந்தார். அந்த அம்மாள் வெளியூர் போய் விட்டிருந்தார். வீட்டுக்குப் பக்கத்தில் செட்டியார் கடையில் வாங்கிக் கொள்ளலாம் என்று நினைத்திருந்தார். அவர் வீடு போய்ச் சேரும்போது அது சாத்தியிருந்தது. வேறு கடையில் வாங்கி இருக்கலாம். நாய்க்கரிடம் சில்லறை இல்லை.

தலையைக் கவிழ்ந்துகொண்டு, யோசனையில் ஆழ்ந்திருந்தார் நாய்க்கர்.

"உம்... பாத்தியா... நான் என்னைப்பத்திதானே, என் வவுத்துப் பசியைப்பத்திதானே நொந்துக்கிட்டு இருக்கேன். உன்னைப் பத்தி என்னடா ஒரு உசுரு சென்மம் பக்கத்துல குந்திக்கிட்டு கிடக்கேன்னு யோசிச்சுப் பார்த்தனா..."

தெரு ரொம்பச் சுறுசுறுப்பாய் இயங்கிக்கொண்டிருந்தது. மரக்கிளையின் ஊடே சூரியக் கதிர் அவர் முகத்தில் விழுந்தது. சற்றுத் தள்ளி சாய்ந்துகொண்டார்.

"இந்தக் கிளிக்குஞ்சு வயித்துக்கும் ரெண்டு மணி போட வக்கத்துப் போயிட்டேனே..." என்று முனகிக்கொண்டார். கிளி "கிக்கீ" என்று உற்சாகமில்லாமல் முனகிக்கொண்டு ரெண்டு எட்டு எடுத்து வைத்தது.

"பச்சையம்மா"

"கீ"

"கொஞ்சம் பொறுத்துக்கோம்மா..." என்றார். அப்படியே மரத்தில் சாய்ந்துகொண்டார். மீண்டும் அந்த வலி வயிற்றை நடுவாகக் கிழிக்கிற மாதிரியான அந்த வலி.

நாய்க்கர் கொஞ்சம் கொஞ்சமாகத் தன் வசம் இழக்கிற நேரத்தில் கிளி "கிக்கீ" என்று தொடர்ந்து கத்தியது.

நாய்க்கர் சிரமப்பட்டுக் கண்ணைத் திறந்தார்.

கிராமத்தினர் என்று பார்த்த மாத்திரத்தில் அறியத்தக்க, நடுவயதுப் பெண்ணும், ஓர் இளம் பெண்ணும் அவர் முன்னால் வந்து குந்தினார்கள்.

கண் மறைக்கும் திரைப்படலத்தின் ஊடே, வந்தவர்களை உற்று நோக்கினார் நாய்க்கர்.

"என்னங்க நாய்க்கரே... என்னைய தெரியலையா... நான்தான் வில்லியனூரு பழநியம்மா. போன மாசம்கூட வந்து சோசியம் பார்த்துக்கிட்டு போனேனே..."

"அடடே... அவங்களா, உக்காருங்க. வயசாயிடுச்சில்ல... அதான் கண்ணை மறைக்குது... ஒவ்வொரு புலனா செத்துக்கிட்டே போயி, ஐம்புலனும் அத்து. ஆறாம் புலனும் போறதுதானே கதையோட முடிவு... அத்த உடுங்க... சௌக்கியம் தானே... இதாரு..."

"ஆமா, இது எங்க அக்கா மவ... என் கிட்டேதான் வளருது. போன மாசம் மாப்பிள்ளை வீட்டுக்காரங்க வந்தாங்க... பாத்தாங்க. தபால் எழுதறதாச் சொல்லிக்கிட்டுப் போனாங்க. போனவங்க போனவங்கதான். சம்மதம் கொடுத்தாங்கன்னா வர தையில முடிச்சுடலாம்... பார்த்து சொல்லுங்க... வயது வந்த பொண்ணை எம்மாங் காலம் வச்சுக்கிட்டு இருக்கிறது. சும்மாத் தூக்கிக்கிட்டு வந்து புள்ளையச் சொந்தம் கொண்டாடறது மாதிரி..."

"பேஷா... பாத்துடுவோம். நம்ம பச்சையம்மா கிளீனா சொல்லிப்புடுவாளே, வெட்டு ஒன்னு, துண்டு ரெண்டுன்னு. அவகிட்டே, பச்சைக்கிளின்னு நினைக்காதீங்க... அவ சுகரிஷி வம்சமில்லே...? ஹும்" என்றார் நாய்க்கர்.

இரண்டு பெண்களும் மேல் பலகையில் இருந்த கிளியை மிகுந்த நம்பிக்கையோடும், கொஞ்சம் பக்தியோடும்கூடப் பார்த்தார்கள்.

நாய்க்கர், சீட்டுக் கட்டுகளைப்போல அடுக்கி வைக்கப்பட்டிருந்த தெய்வங்களின் படமும் வாக்கும், அச்சிடப்பட்ட அட்டைகளை எடுத்துப் பாயில் விரித்தார்.

"பொண்ணு பேரு சொல்லுங்க."

"மகாலட்சுமி"

கிளியை இறக்கிப் பாயில் விட்டார் நாய்க்கர்.

“அம்மா பச்சையம்மா, மகாலட்சுமி என்கிற பேர் ராசிக்கு நல்ல பலன் சொல்லும்மா. நல்லது, நடந்தது, நடக்கப் போறது, நடப்பது நாலையும் பாத்து நல்ல குறி சொல்லும்மா... வில்லியனூர் பொண்ணுக்கு வில்லங்கம் இல்லேன்னு, வாழப் போறப் பொண்ணுக்குத் தாழ்வேதும் இல்லேன்னு, சீட்டெடுத்துக் கொடும்மா... சீருள்ள பொண்ணுங்க...” என்றவாறு கிளியை எடுத்துப் பாயில் விட்டார்.

கிளி, பழக்கத் தோஷத்தால் நெல்மணியை எதிர்பார்த்து நின்றது. பிறகு கிடைக்காது என்று தனக்கே தெளிவு ஏற்பட்டதுபோல, சீட்டை அணுகி, இரண்டை எடுத்துக் கீழே போட்டுவிட்டு, மூன்றாவது சீட்டை, வாயில் கவ்விக்கொண்டு போய் நாய்க்கரிடம் கொடுத்தது. அவர் அதைப் பெற்றுகொண்டவுடன், தானாகவே கூண்டுக்குள் சென்று புகுந்துக்கொண்டது.

உறையிலிருந்து சீட்டை எடுத்துப் பிரித்தார். அவர் புருவங்கள் மேலேறின. “அருமையான ஜாதகம். காளியாத்தாவே பிரச்சன்னம் ஆயிருக்கா. இனி என்ன குறை? மலை மாதிரி வந்தது பனி மாதிரி போயிடாதா?” என்றவாறு படத்தை அவர்களிடம் காட்டினார் நாய்க்கர்.

காளி உக்கிரமாகக் காட்சி அளித்தாள். இருட்டே மேனியாக, இரத்த நிற நாக்கு வெளியே துரத்திக்கொண்டு தொங்க, மண்டை ஓடுகள் மாலையாக, ஒரு கையில் இரத்தம் சொட்டும் அரிவாளும், மறுகையில் அரிந்த அசுரன் தலையும், தலை உருண்ட எருமையுமாகக் காட்சி தந்தாள் அவள்.

பெரியவள் கன்னத்தில் போட்டுக்கொண்டாள். அவள் முகத்தில் பயமும், பின் பக்தியும் மாறி மாறி மின்னின. இளம்பெண் விக்கித்துப் போய் உட்கார்ந்திருந்தாள். நாய்க்கர் தொண்டையைக் கனைத்துக்கொண்டு படிக்கத் தொடங்கினார்.

“தலையெழுத்தின் தெய்வம்; உனைத் தாங்கும் தெய்வம்
தகுதிநிலை தரும் தெய்வம்; மூன்று பேர்க்கும்
கலைதந்த மாகாளி கருணை யாலே
கவலையெலாம் போயொழியும்; தைக்குப் பின்னால்
நிலை உயரும், நிம்மதியும் வந்து சேரும்!
நினைத்தமணம் கைகூடும், நிலமும் நீச்சும்
பலன்கொடுக்கும்; பசுமாடு, கன்று போடும்
பைரவியாள் துணையிருக்கப் பயமேன் நெஞ்சே!”

படித்து நிமிர்ந்த நாய்க்கர், இருவரையும் பார்த்தார். அவர்கள் புரிந்தும் புரியாமலும் தலையாட்டிக்கொண்டு உட்கார்ந்திருந்தார்கள். "காளியாத்தா நல்ல வாக்குச் சொல்லியிருக்கா. நம்ம தலையெழுத்தை எழுதின தெய்வம் ஆரு? பிரும்மா? அவனையும், உனக்குக் காசு கொடுத்து பொருள் கொடுத்து சோறு போடற தெய்வம் ஆரு? விஷ்ணு! அவனையும்; செத்துப் போனா நரகம் மோட்சம்னு நம்ம தகுதிக்கு ஏற்ற மாதிரி பிரிச்சு அனுப்பி வைக்கிற தெய்வம் ஆரு? சிவபெருமான்! ஆக இந்த மூணு பேருக்குமே நீ சிருஷ்டி பண்ணு, நீ காப்பாத்து, நீ சங்காரம் பண்ணுன்னு வேலையைப் பிரிச்சு கொடுத்திருக்கிற பெரிய தெய்வம், நம்ம காளி ஆத்தாதான். அவ வந்திருக்கா. இனி கவலையில்லேடா, வர்ற தைக்கு அப்புறம் உங்க நிலைமை உசரும்... அப்படீங்குது பட்சி! வில்லியனூர் அம்மா இதுல முக்கியமான சேதி இருக்கு பாருங்க... நினைத்த மணம் கைக்கூடும்னு இருக்கு... பட்சி சொல்லு பரமசிவன் சொல்லு. ஆக, வர்ற தையில பொண்ணுக்குக் கல்யாணம் நிச்சயம். மாப்பிள்ளை அப்படி இப்பிடி இருந்தாலும் காளி ஆத்தா அவன் காதைப் பிடிச்சு இழுத்து வந்து "உம்... கட்டுடா தாலியைன்னு கழுத்துல ரெண்டு வைப்பா..." என்று விட்டு இளம் பெண்ணைப் பார்த்தார்.

அவள் வெட்கப்பட்டுக்கொண்டு தலை கவிழ்ந்து உட்கார்ந்திருந்தாள். தலைமுடிக்குத் தடவிய எண்ணெய் நெற்றியில் வழிந்து முகம் பரவிச் சிரிப்போடு வழிந்தது.

முதியவள் வெகு நிம்மதியோடு இருந்தாள். தன் இடுப்பில் சொருகி இருந்தச் சுருக்குப் பையை எடுத்துத் திறந்து, ஓர் எட்டணா காசை எடுத்து நாய்க்கர் முன்னால் வைத்தாள்.

அவர் காசை எடுத்து, கூண்டையும் பாயையும், சேர்த்துச் சுற்றி இரட்டை முறித்து தன் காதுக்குள் சொருகிக்கொண்டார்.

"நாங்க வர்றோம்" என்று வந்தவர்கள் கிளம்பினார்கள்.

"ஆகா... போய்ட்டு வாங்க... நல்லது நடக்கும்... கல்யாணம் கண்டிப்பா நடக்கும். கல்யாணச் சோறு நமக்கும் கிட்டும்னு இருக்குபோல!"

"கண்டிப்பா... நீங்க இல்லாமையா... நானே கல்யாண கடுதாசி கொண்டாந்து தர்றேன்...!" என்றாள் பெரியவள்.

"நான் வர்றேங்க" என்றாள் இளம்பெண்.

"மகராஜியா போய் வாம்மா..." என்று விடை கொடுத்தார் நாய்க்கர்.

இருவரும் சென்றதும், நாய்க்கர் காசை எடுத்துக் கையில் வைத்துக்கொண்டார். எழுந்தார். ரோட்டைக் கடந்து, டீ கடைக்கு முன்னால் வந்து நின்றார். எட்டணாவுக்கு இரண்டு மசால் வடைகள் வாங்கி எரிகிற வயிற்றில் போடலாமா என்று யோசித்தார். சூடாக ஒரு டீ சாப்பிடலாமே என்கிற ஒரு யோசனையும் வந்தது. டீ கடைக்குள் நுழைந்தார். "ஒரு ஸ்டிராங் டீ போடுப்பா..." என்றார் டீ மாஸ்டரைப் பார்த்து.

சூடாக டீ வயிற்றில் இருங்கும்போது ஆனந்தமாக இருந்தது. கண்ணை மூடிக்கொண்டு அதில் லயித்தபடியே டீயைக் குடித்து முடித்தார். பிறகு பக்கத்துப் பெட்டிக் கடைக்குப் போனார்.

"என்ன சோசியரே... பழம் வேணுமா...?" என்றார் கடைக்காரர். ஒரு அளிந்த பூவம் பழமாகப் பார்த்து, நாலணா எடுத்து கொடுத்து வாங்கிக்கொண்டு, ரோட்டைக் கடந்து கூண்டருகில் வந்து உட்கார்ந்தார்.

கூண்டில் இருந்த கிளிக்குப் பழத்தை உரித்து வைத்தார்.

"கிக்கீ" என்று கத்திக்கொண்டு, கிளி உயிர் பெற்றதுபோலப் பழத்தைக் கொத்தித் தின்றது.

மீண்டும் அந்த வலி உந்திச் சுழியில் தொடங்கி, வயிறு முழுக்க வியாபித்து உடம்பை உதறி எடுக்கும் வலி.

கொஞ்ச நாழியாவது படுக்கத்தான் வேண்டும் என்று நினைத்தார். "சம்முவா" என்றவாறு கையைத் தலைக்கு அணையாக வைத்துக்கொண்டு சுருட்டிக்கொண்டுப் படுத்தார். கண்ணை மூடினார் நாய்க்கர்.

1986

திரை

பால்காரர் பிளாஸ்டிக் பால் பைகளை வீசி எறிந்து விட்டுச் சென்ற தருணம் வந்த சண்முகசுந்தரம், முதல் வட்டம் காபி அருந்தி, மீண்டும் காபி சாப்பிட வேண்டும் என்று எனக்குத் தோன்றுகிற நேரம் வரை திரும்பத் திரும்ப ஒரே விஷயத்தையே பேசிக்கொண்டிருந்தார்.

அவர் பேச்சின் சாராம்சம் இதுதான். அவர் மகன், அரசாங்க ஆஸ்பத்திரி ஒன்றில் டாக்டராகப் பணியாற்றிக்கொண்டிருப்பவன், நர்சாக உடன் இருக்கும் பெண்ணைக் காதலித்திருந்தான். சண்முக சுந்தரத்தின் ஆட்சேபணை, ஒரு டாக்டர், போயும் போயும் நர்சையா கட்டுவது என்பது.

டாக்டர் நர்சைக் கட்டுவதால் சூரியன் மேற்கில் தோன்றுமா? வங்கக் கடல் பொங்கி எழுமா? வானம் தடுக்கிக் கீழே விழுந்து விடுமா? தவிரவும், ஓர் ஆண், பெண்ணைக் கட்ட வேண்டியும் இருக்கத்தானே செய்கிறது. அந்த ஆண் டாக்டராக இருப்பதும் அந்தப் பெண் நர்சாக இருப்பதும் அசந்தர்ப்பம்தானே? ஆனால், சண்முகசுந்தரம் யதார்த்ததை ஒப்புக் கொள்வதாக இல்லை. அவர் சொன்னார்:

"சார், அந்தப் பயலை டாக்டராக்க எவ்வளவு கஷ்டப்பட்டிருக்கிறேன் என்பது உங்களுக்குத் தெரியாதா? இருபது, இருபத்தைந்து வருஷமாக என்னைப் பார்த்துக்கொண்டு தானே இருக்கிறீர்கள் நீங்கள். வாங்குகிற சம்பளம் வாய்க்கும் வயிற்றுக்கும் போதாதிருக்கையில், அந்தப் பயலை படிக்க வைக்க

நான் எவ்வளவு சிரமப்பட்டு விட்டேன். யாசகம் செய்து அவனைப் படிக்க வைத்தேன் சார், யாசகம்... ஊரில், நமக்கு தூரத்து உறவிலேயே ஒரு பணக்காரப் பார்ட்டி, அவனுக்குப் பெண் தர முன் வந்திருக்கிறார்கள். நூறு பவுன் போட்டு, கார் வாங்கிக் கொடுத்து, டிஸ்பென்ஸரி வைக்கவும் பணம் கொடுத்து, கல்யாணச் செலவையும் ஏற்றுக் கொள்வதாகவும் சொல்கிறார்கள். இந்தக் கழுதை காதல் கத்திரிக்காய்னு திரியறானே, என்ன பண்ண?"

"சரி நான் என்ன செய்ய வேண்டும் என்று நீங்கள் எதிர்பார்க்கிறீர்கள்?"

"என்ன இப்படிக் கேட்கிறீர்கள்? அந்தப் பயலைக் கூப்பிட்டு, நாலு வச்சு, 'கழுதைக்குப் பொறந்த பயலே, காதலாவது மண்ணாவது, உங்க அப்பன் சொல்ற பொண்ணைக் கட்டுடா' அப்படின்னு நீங்க சொன்னாப் போதும். நீங்க சொன்னா கேப்பான். உங்க மேலே அவனுக்கு ஏராளமான மரியாதை இருக்கு. உங்க உதவி இல்லாமே அவனாலே படிச்சு இருக்க முடியாது. அடுப்பிலே உலையை ஏத்திட்டு, அரிசிக்கு உங்ககிட்ட வந்து நின்ன நாட்களை நானும் மறந்திடல, அந்தக் கழுதையும் மறந்திடல. நான் நாளைக்கே உங்களை வந்து பார்க்கச் சொல்றேன். மாமா வரச் சொன்னார்னா பறந்துகிட்டு வருவான். என் கவலையை, உங்ககிட்ட இறக்கி வச்சுட்டேன். நிம்மதியாப் போறேன். இனி உங்க பொறுப்பு."

சண்முகசுந்தரம் போவதாகச் சொன்னார். ஆனால் என் முன்னிலையில் மிகச் சரியாக அமர்ந்திருந்தார். உட்கார்ந்திருக் கையிலும் சில மனிதர்கள் ஆகிருதி உள்ளவர்களாகத் தோற்றம் அளிப்பார்கள். அவர்கள் நிற்க வேண்டிய அவசியம் இருக்காது. அவருக்கும் பெருத்த மீசை, குண்டு முகம், ஒட்ட வெட்டி விடப்பட்ட அமெரிக்கன் கிராப்பு, ரஷ்யக் கிராப்பு எப்படி இருக்கும்? உடம்பைப் பிடித்துக்கொண்டு, ஆச்சர்யம் தரும் பச்சை நிறச் சட்டை, நீல நிறத்தில் அதுவும் பள்ளிப் பிள்ளைகள் யூனிஃபார்ம் நிறத்தில் பேண்ட். காதலர்களைப் பிரித்து அவர்களின் பாவத்தைக் கொட்டிக் கொள்வதற்கென்றே இறைவனால் படைக்கப்பட்டிருப்பவர் போல் எனக்கு அவர் தோன்றினார். அவர் என்னைச் செய்யுமாறு வேண்டிய காரியம், தலையில் கொம்பு முளைத்த சாத்தான் செய்ய வேண்டிய காரியமே அல்லவா? ஆகவே நான் சொன்னேன்:

“சண்முகசுந்தரம், உங்கள் பையனுக்கும், அவன் பெயர் என்ன... சந்திரன்... ரைட்? சந்திரன், அந்த நர்சை உண்மையில் விரும்பியிருக்கும் பட்சம், நாம் அவர்களின் நேசத்தைப் பிரிப்பது ஒரு பெரும் பாவம் இல்லையா?”

“நேசம், நெய், நெல்... வெங்காயம், வெள்ளைப்பூண்டு, என்றெல்லாம் பேசிக்கொண்டிருக்காதீர்கள். ஊரில் உங்களைப் பற்றிச் சொல்றதை நீங்களே உண்மையாக்கி விடுவீர்கள் போலிருக்கிறதே. வயசுக் கோளாறில் சிறு பயல்கள் செய்கிறதை எல்லாம் பெரியவர்களாகிய நாம் சீரியஸாக எடுத்துக்கொண்டால் எப்படி? எழுதற வார்த்தைகளை எல்லாம் போட்டுப் பேசிக்கொண்டிருக்காதீர்கள். பவுன் என்ன விலை என்று உங்களுக்கு தெரியுமா? நேசமாமே நேசம். அந்த இரண்டு, சின்னதுகளையும் கூப்பிட்டு நாலு டோஸ் விட்டுக் காரியத்தைப் பாருங்க...”

இந்த நாற்பது வயதுக்காரர்கள், பகல் வேளைகளில் பட்டாக்கத்தியைத் தீட்டிக்கொண்டு, காதலைக் கொன்று குழியில் போட்டு மூடி அதன் மேல் மாஞ்செடி வைக்கிறார்களே, அது ஏன் என்று யோசிக்கத் தொடங்கினேன். இன்னொன்றும் என் மனசுக்குத் தோன்றியது. இந்தக் காரியத்தை காதலுக்குக் குழிவெட்டும் காரியத்தை நான் எடுத்துக் கொள்ள மறுத்தால் சண்முக சுந்தரம் அமைதி அடைந்து விடுவாரா? மாட்டார். என்னைப்போலவே இன்னொருத்தனைப் பிடிப்பார். அவன் ஏதாவது தகிடு தித்தங்கள் செய்து அந்தக் காதலர்களைப் பிரிக்கக் கூடும். ஆகவே, இந்த இடத்தில் நான் செய்யும் பணி என்னவாய் இருக்க வேண்டும்? சாத்தியப்படும் அளவுக்குக் காதலுக்குத் துணை போவது, அதுவே மனுஷத்தனம். அந்தக் காதலர்களை அழைத்துப் பேசி, முடிந்த உதவிகளையெல்லாம் செய்து அவர்கள் வாழ்க்கை அமைத்துக் கொள்ளத் துணை புரிய வேண்டும். ஆனால், நான் செய்வதை சண்முகசுந்த்ரம் அறியக்கூடாது. அவருக்குத் துணை செய்வது போல் நடித்து, அந்தக் காதலர்க்குத் துணை செய்ய வேண்டும் என்று மனசுக்குள் தீர்மானித்துக்கொண்டேன். என் சாமர்த்தியம் எனக்கே மகிழ்ச்சியை தந்தது.

“சரி சண்முகசுந்தரம், சந்திரனையும் அந்தப் பெண்ணையும் நான் சந்திக்கிறேன். எப்படியும் அவர்களைப் பிரித்து விட முயற்சிக்கிறேன். இவ்வளவு வயசும், படிப்பும், அனுபவமும் இந்தக் காதலர்களைப் பிரிப்பதற்குப் பயன்படாவிடில், இவைதான் இருந்தென்ன?”

சண்முகசுந்தரம் என்னை மெய்யன்போடு பார்ப்பது எனக்கு விளங்கியது. சக மனிதர்களுக்குத் துன்பம் தந்து அவர்கள் தவிப்பதைப் பார்ப்பது மனிதர்களின் தலையாய சந்தோஷம் போலும்.

"அது சரி... ஊரில் என்னைப் பற்றி ஒரு மாதிரியாகப் பேசுவதாகச் சொன்னீர்களே, என்ன மாதிரி பேசுகிறார்கள்?"

"அதுவா? ஊர் நாலு விதமாகத்தான் பேசும். அது பற்றியெல்லாம் கவலைப்பட்டுக் கட்டுபடியாகுமா?"

"கவலைப்பட வேணாம். என்ன என்று தெரிந்துக் கொள்ள வேண்டாமா?"

"தெரிந்து என்ன ஆகப் போகிறது? இந்த நாட்டில் நல்லவர்கள், யோக்கியர்கள், மகான்கள், அசல் ஞானிகள் எல்லோரையும் நம் மக்கள் பைத்தியம் என்றுதானே சொல்வார்கள்..."

சண்முகசுந்தரம் திருப்தியுடன் எழுந்து போனார்.

ஒரு நாள் மதியம் சந்திரன் என்னைப் பார்க்க வந்திருந்தான். சண்முக சுந்தரம் வந்துபோன அதே வாரம் அவன் வந்தான். அது ஒரு மே மாதப் பகல் வெயிலோ, ஊர் பற்றி எரிவது போல் காய்ந்துகொண்டிருந்தது. வீட்டுச் சுவரும், மேஜை நாற்காலிகள், கட்டில், மெத்தை அனைத்தும் வெந்நீரில் வேக வைத்தது மாதிரி சூடாக இருந்தது. புழுக்கம், நசநசப்பு, வியர்வை ஆகிய அவஸ்தைகளில் நான் சங்கடப்பட்டுக்கொண்டு இருந்தபோது, பகல் இரண்டு மணி அளவில் சந்திரன் என்னைப் பார்க்க வந்திருந்தான். இந்த மாதிரி நேரத்தில் ஒரு மனிதனைப் பார்க்கப் போவது, அவனைக் கௌரவப் படுத்துவதாகாது என்பது என் அபிப்பிராயம். ஒன்பது மணிக்கு முந்திய காலை வேளைகளும், அதுக்குப் பிந்திய மாலைகளுமே உகந்த நேரங்கள். ஆக, சந்திரன் அந்த நேரத்தில் வந்தது எனக்கு எரிச்சலைத் தந்தது உண்மை. எனினும், நான் எடுத்துக்கொண்ட காரியத்தின் மகத்துவம் கருதி அவனை என் வீட்டு முன் அறையில் வைத்து சந்தித்தேன்.

"என்ன மாமா, என்னைப் பார்க்க வேண்டும் என்று சொன்னீர்களாமே? அப்பா சொன்னார்"

அவன் முகத்தை நான் ஆராய்ந்தேன். பையனின் முகம் பளபளப்பாக இருந்தது. இளமை, துள்ளல், உற்சாகம் அனைத்துக்கும் இது இடமாகத் திகழ்ந்தது எனக்கு மகிழ்ச்சியாய் இருந்தது.

காதலின் தன்மை அப்படி. திருவல்லிக்கேணி மூத்திரச் சந்தில் ஒண்டுக்குடித்தனம் பண்ணுகிறவனுக்குக்கூட ராஜகளையை அது தரும். அது அமுதம்! அதைக் குடித்தவர்க்கு உடம்பில் பொன் ஊறும். உற்சாகம் கொப்பளிக்கும். அவர்களின் மூச்சுக் காற்றில் எஃகு இளகும்.

"உட்கார்"

அவன் அமர்ந்தான்.

"உன்னிடம் ஒன்று கேட்க வேண்டும்"

எனக்கே ஏனோ வெட்கம் வந்துவிட்டது.

"என்ன மாமா?"

"ஒன்றுமில்லை, அதாவது..."

"சும்மா சொல்லுங்கள்."

"ஊம், அப்பா சொன்னார். நீ யாரையோ நேசிக்கிறாயாமே? உன்னுடன் பணியாற்றும் யாரோ ஒரு நர்சைக் காதலிக்கிறாயாம்... அப்பாவுக்கு அது பிடிக்கவில்லை என்று சொன்னார். இரு... இரு... அவசரப்படாதே. நான் காதலை வெறுக்கிறவன் இல்லை. உண்மையில் காதலை, மிகவும் தீவிரமாக ஆதரிப்பவன். என் பார்வைக்கு வந்த எந்தக் காதலர்களையும் நான் வாழ்த்தாமல் இருந்தது இல்லை. அவர்கள் வேண்டுகையில் உதவாமல் இருந்தது இல்லை. ஆகவே, நான் உன் பக்கம்தான். உன் அப்பா பக்கம் இல்லை. நீ யாரைக் காதலிக்கிறாயோ அவளையே கல்யாணம் செய்து கொள். நீ கவலைப்படாதே. உன் அப்பாவிடம் பேசி சம்மதிக்க வைக்க வேண்டியது என் பொறுப்பு. அந்த ஆள் ஏதோ சொத்து, பணம், சீர் வரிசையோடு பெண் பார்த்துக்கொண்டு அலைகிறது. அசடு! வரதட்சணைக்கு ஆசைப்படும் ஈனப் பிறவியா நீ? ஆகவே உன் அப்பனிடம் பேசி நான் எல்லாவற்றையும் சரி செய்து விடுகிறேன். சரி, அந்தப் பெண்ணின் பெயர் என்ன?"

"எந்தப் பெண்ணின் பெயர் மாமா?"

"என்ன இப்படிக் கேக்கறே. நீ காதலிக்கிற அந்த நர்ஸ்..."

"அவளா? அவ பெயர் சஞ்சலா"

"என்ன பெயர், விசித்திரமானப் பெயர். பெயரில் என்ன இருக்கிறது. ரோஜாவை எந்தப் பெயரிட்டு அழைத்தாலும், ரோஜா ரோஜாத்தானே?"

“நீங்க வேற மாமா, அவளைப் போய் ரோஜா ரோஜான்னுகிட்டு...”

“என்னப்பா இப்படிச் சொல்றே...”

“அது சரி மாமா, அப்பா ஏதோ சொத்தோட பொண்ணு தர்ற இடமா சொன்னாருன்னு சொன்னீங்களே, எந்த இடம் அது? அந்தப் பொண்ணு பேரு என்னவாம்?”

“ஏதோ தூரத்துச் சொந்தம்னார். ஏதோ உனக்குப் பணம்தான் பெரிசு, நேசிச்ச பொண்ணோட மனசு முக்கியமில்லைன்னு உன் அப்பா உன்னைத் தப்பா புரிஞ்சுக்கிட்டு இருக்கார்... சஞ்சலா வீட்டுல பிரச்சினை ஒண்ணும் இருக்காதே...”

“அன்னக்காவடி குடும்பம் மாமா அது. என்னை மாதிரி ஒரு டாக்டருக்குப் பொண்ணு குடுக்கக் கசக்குமா, என்ன? ஆமா, அப்பா சொன்ன பொண்ணு படிச்சிருக்கா?”

“அதைப் பற்றி உனக்கென்ன? சஞ்சலா...”

அவன் என்னை வெட்டிக்கொண்டு சொன்னான்.

“கட்டிக்கப் போறவன் பொண்ணோட கல்வியைப் பற்றித் தெரிஞ்சுக்க வேண்டாமா?”

“என்ன, கட்டிக்கப் போறவனா? என்ன சொல்றே... நீ... நீ சஞ்சலாவைத் தானே கட்டிக்கப் போறே...?”

“எதுக்கு மீண்டும் மீண்டும் சஞ்சலாவைப் பற்றியே பேசறீங்க...”

“அப்படீன்னா?”

“அது, ஜஸ்ட் டைம் பாஸிங் மாமா...”

“என்னப்பா சொல்றே...?”

“உங்ககிட்ட அதைப் பத்திப் பேசக்கூடாது. ஒரே இடத்தில் இருக்கிறோம். பார்க்கிறோம். பேசிக்கொள்றோம். காபி சாப்பிட வெளியே போறோம். அப்புறம் ஐஸ்கிரீம் சாப்பிட எதுவும் வேண்டியிருக்கலை என்றாலும், சேர்ந்து போகிற சந்தோஷத்துக்காக வெளியே சேர்ந்து போறோம். நடக்கறோம். உட்கார்ந்திருக்கணும்னு தோணிச்சுன்னா, இருக்கிறோம். தொட்டுக்கணும்னு தோணும்தான் அவ்வளவுதான்... அது லவ்வா? ஏதோ ஓர் இழவு. அது கிடக்கட்டும். அந்தப் பொண்ணு என்ன படிச்சிருக்காம்.?”

“... ... ...”

"என்ன மாமா உம்முன்னு இருக்கீங்க...?"

"ஒண்ணுமில்லைப்பா."

அதற்கு மேலும் ஓர் அரை மணி இருந்துவிட்டுப் போனான் சந்திரன். முன் அறைக் காற்று நீலம் பாரித்தது மாதிரி இருந்ததாகப் பட்டது. அவன் அமர்ந்திருந்த நாற்காலியைப் பினாயில் ஊற்றிக் கழுவி விட வேண்டும். துணி வெளுக்க சோப் உண்டு. மனம் வெளுக்க என்ன உண்டு? அழுகிய விரல்களுக்கிடையே இருக்கும் உணவு மாதிரி, இளைஞர்களுடைய மனசுக்குள் அழுக்கா அடைந்து கிடக்கிறது? எந்தக் கங்கையைக்கொண்டு இதைக் கழுவிச் சுத்தம் செய்வது? வானம் உடைந்து பெய்தது மாதிரி, எத்தனை நூல் மழைகள், சொல் சூறாவளிகள்? எதுவும் இந்தக் குப்பையை அசைத்து விடவில்லை எனில், என்னதான் செய்யக்கூடும்.

அடுத்த இரண்டு நாட்களில் சண்முகசுந்தரம் வந்தார்.

"நடந்து வந்தீரா, பறந்து வந்தீரா?" என்றேன்.

"நடந்துதான். எனக்குச் சிறகுகள் ஏது?"

"இன்னேரம் வந்திருக்க வேண்டுமே, சிறகுகள்! சொத்தும் சுகமுமான இடத்தில், பிள்ளையைப் பெற்றவர்கள் பெண் எடுக்க விரும்புவது சகஜம். பிள்ளைகளே, பணக்கார இடமாகத் தேடத் தொடங்கினால், பருத்தி புடவையாகவும் காய்த்து, கூடவே அட்டாச்டாக மேட்சிங் பிளவுசாகவும் காய்த்த மாதிரி தானே? விழுதல் என்று வந்து விட்டால், வாயில்படி தடுக்கி விழக்கூடாது. ஏவுகணை பழுதாகி வானத்திலிருந்து விழ வேண்டும். பெட்டிக் கடையில் வாழைப்பழம் திருடுகிற பிள்ளைகளைப் பெற்ற பெற்றோர்கள் எந்தக் காலத்திலும் சுகம் பெறுவதில்லை. மாறாக, உலக அளவில் போதை மருந்துகளைக் கடத்துகிற மகனைப் பெற்ற பெற்றோர்களுக்கு இம்மையிலேயே மோட்சம் சித்தித்து விடுமே. உங்களுக்கு இறக்கை, இன்னேரம் முளைத்திருக்க வேண்டுமே! இல்லையென்றால் நாளை முளைக்கும்"

"அய்யா! இந்தப் பயல் இன்னும் பாதிக் கிணறுதானே தாண்டியிருக்கிறான். நூறு பவுன் போட்டு, கையில் ரொக்கம் தருகிற இடம்தான் வேண்டும் என்பதில் எங்களுக்குள் கருத்து வேறுபாடு இல்லை. அந்த இடத்தில் நாங்கள் தத்துவ ரீதியாக ஒன்று படுகிறோம்."

"தத்துவ சிக்கல் இதில் எங்கே வருகிறது?"

“பணக்காரப் பெண்ணாக இருக்க வேண்டும். ஆனா, படிக்காத பெண்ணா இருக்க வேண்டும் என்கிறான் அவன். பணக்கார இடத்துப் பெண்கள் படிக்காமலும் இருப்பது அபூர்வம்தானே?”

“கண்கள் இல்லாமல் பெண்களா? இருட்டுக்குத் தாலி கட்டுவதில் என்ன இன்பம்?”

“படிக்காதவள், கல்லூரியில், பஸ்ஸில், பொது இடத்தில், அலுவலகத்தில் கண் எச்சில், கை எச்சில் பட்டிருக்கமாட்டாள்! ஆண்கள் பரிச்சயம் அவ்வளவாக இருக்க முடியாது. ஆகவே கூடுமானவரை ‘பிரஷ்’ஷாக இருப்பாள் பெண்.”

“படித்த பெண்கள் கெட்டுப் போனவர்களா? சரி, கெட்டுப் போதல் என்றால் என்ன? மனிதர் கெட்டுப் போக முடியுமா?”

“கெட்டுப் போதல் என்றால், யாராவது ஓர் இளைஞனோடு திருமணத்துக்கு முன்பே ஊர்ல சுற்றி, படுத்துச் சுகித்து இருத்தல்.”

“அதனாலேயே கெட்டுப் போதல் என்றாகுமா? சந்திரன், அந்த

சஞ்சலாவுடன் அம்மாதிரி உறவுகொண்டிருப்பான். எனவே, சந்திரனும் கெட்டுப் போனவன்தானே?”

“அவன் ஆம்பிளை, எதுவும் செய்யலாம். பெண்களுக்கு உள்ளதுபோல கன்னித்திரை ஆண்களுக்கு இல்லையே?”

“ஆக, தனக்கு வரும் பெண் ஒரு சஞ்சலாவாக இருந்து விடக்கூடாது என்பது தானே சந்திரனின் பிரச்சினை? தன் மனைவியைத் தொடும் முதல் ஆண் தானாகத்தான் இருக்க வேண்டும் என்பதே சந்திரனின், அவனைப் போன்றவர்களின் அவா. ஆக, கற்பு, ஒழுக்கம், என்பதெல்லாம், பெண்களின் கன்னித்திரை சமாசாரம் தானா?”

“மிக அழகாகச் சொல்கிறீர்கள்! நம் நாகரிகம், பண்பாடு, கலாசாரம் எல்லாம் அதில்தானே அடங்கியிருக்கிறது!”

“ரொம்ப சரி! ஆக, அந்த நர்ஸ் பெண்ணுடன் உங்கள் பையனின் காதல் விவகாரம் குறித்துக் கவலைப்பட்டுக் கொண்டிருந்தீர்களே, அது இல்லை என்று ஆகிவிட்டது அல்லவா?”

“அது ஒரு பக்கம் நடந்துகொண்டுதான் இருக்கிறது. மறுபக்கம் தனக்கேற்ற மனைவியையும் தேடிக்கொண்டும் இருக்கிறான் என்

மகன். ஒரேயடியாக அவளை விட்டொழித்தால் அல்லாவா தேவலை. அதுவும் முடியவில்லை அவனால். இரண்டையும் சேர்த்துக் குழப்பிக் கொள்ளக்கூடாது என்பது அவனது இப்போதைய நிலைபாடு"

"இரண்டு கண்கள் இரண்டு காட்சியைக் காண முடியுமா?"

"முடிந்தால், அது பெரிய விஷயம்தானே. சந்திரன் ஒரு குழப்ப நிலையில் இருக்கிறான். என்ன குழப்பம் என்றால், நர்சை அவனுக்குப் பிடிக்கிறது. அவள் அணுக்கதை அவன் விரும்புகிறான். ஆனால், தன் மனைவி அவளாக, அவளைப்போல இருந்து விடக்கூடாது என்று நினைக்கிறான். தனக்கு வாய்க்கும் மனைவி ஆடவன் விரலை அறியாதவளாக இருக்க வேண்டும். வீட்டுக்கு ஒரு கிரைண்டர் மிக்சர், வாஷிங்மிஷின் வாங்குகிறோம். நம் வீட்டுக்கு பழசையா வாங்குவார்கள்? புத்தம் புதிய மிஷினை அல்லவா வாங்க வேண்டும்... என்கிற தத்துவத்தை அவன் சார்ந்திருக்கிறான்."

இருபத்து இரண்டாம் நூற்றாண்டுக்கே போய் விட்ட நம்மை, பத்தொன்பதாம் நூற்றாண்டுக்குப் போகச் சொல்கிறார்களே.

சண்முகசுந்தரம் மகிழ்ந்து சிரித்தார்.

என் கவலை வேறு. பந்தயம் கட்டிக் கெட்டுப் போகிறவர்களை, காசு கொடுத்துச் சூனியம் வைத்துக் கொள்கிறவர்களை, செத்துப் போவதற்காகவே வாழ்ந்துகொண்டிருப்பவர்களை யாரும் காப்பாற்றி விட முடியாது. அந்தப் பெண்ணைப் பற்றித்தான் நான் மிகவும் கவலைப்பட்டேன். எத்தனை ஆயிரம் மலர்களைத் தன் மனசுக்குள் வளர்த்துக்கொண்டு வாழ்கிறாளோ அவள்? இந்தச் சந்திரன் அவளை மோசம் செய்வான் என்பதை அறிந்தால், அவள் எப்படி அதை எதிர்கொள்வாள்? அழுவாளா? துடிப்பாளா? வதைபடுவாளா? சுவரில் நெற்றியை வைத்து மோதிக் கொள்வாளா? என் மனம் அதிர்ந்தது. அவளை என்னிடம் அனுப்பி வைப்பதாகவும், அவளிடம் பேசி, சந்திரனை அவள் நீங்கவிட வேண்டும் என்று நான் கேட்டுக் கொள்ள வேண்டும் என்றும் சண்முகசுந்தரம் என்னிடம் கூறி இருந்தார்.

கனத்த உள்ளத்துடன், சரியாக உணவு மற்றும் உறக்கம் கொள்ள முடியா நிலையை நான் எய்தித்தான் விட்டேன். சஞ்சலா என்கிற அந்தப் பெண்ணைச் சந்திக்க எனக்கு உண்மையில் அச்சமாகக்கூட இருந்தது. ஆளுமையை, அழகை

பெருந்தன்மையை, மனித உணர்வுகளைச் சந்திக்கலாம். அற்பத்தனத்தை, அற்பத்தனத்தினால் பாதிக்கப்பட்டவரைச் சந்திக்கக்கூடத் தயக்கமாகத்தான் இருக்கிறது. எனினும் ஒருநாள் அந்தச் சந்திப்பு நிகழத்தான் செய்தது.

ஒரு ஞாயிற்றுக்கிழமை காலை அவள் என் இல்லத்துக்கு வந்திருந்தாள். ஆரோக்கியமான உடம்பும், களையான முகமும், அழகிய கண்களும் உடையவளாக அவள் இருந்தாள். சுமாரன உயரம், கஷ்டப்படும் குடும்பத்துப் பெண்களுக்கே உரிய வறிய தன்மை அவளிடமும் தெரிந்தது. கமிஷன் ஏஜென்ட் அப்பாவை, டீச்சர் அம்மாவை, போலியோவில் கால் சூதும்பிய தங்கையை, தன் மருத்துவமனையை, தன்னுடன் பணியாற்றும் நர்சுகளை, டாக்டர்களைப் பற்றியெல்லாம் அருவி மாதிரி அவள் 'சலசல'வென்று பேசிக்கொண்டிருந்தாள். ஒரு கட்டத்தில் சந்திரனைப் பற்றியும் அவள் குறிப்பிட்டாள். நான் கேட்டேன்.

"சந்திரன் உங்களை நேசிக்கிறாரா? நீங்கள் ஒருவரிடம் ஒருவர் ஈடுபாடுகொண்டவர்களா?"

"சந்திரன் என்னுடன் காதல்கொண்டவராகத்தான் காணப்படுகிறார். ஆஸ்பத்திரியில் எல்லோரும் நாங்கள் காதலர்கள் என்றே சொல்லிக் கொண்டிருக்கிறார்கள்."

"நீங்கள் என்ன நினைக்கிறீர்கள்?"

"நான் நினைக்க என்ன சார் இருக்கிறது. என்னுடன் நெருங்கிப் பழகியிருக்கிறார். அதிகாரபூர்வம் இல்லாத கணவன் மனைவியாக நாங்கள் வாழ்ந்து கொண்டிருக்கிறோம்."

"சந்திரன், ஏதோ காரணம் பற்றி, நாளை உங்களைக் கைவிட்டு வேறு யாரையாவது கல்யாணம் பண்ணிக்கொண்டால் என்ன செய்வீர்கள்?"

அவளை என் கேள்வி மிகவும் தாக்குமோ என்று அஞ்சினேன். ஆனால் அவள் சொன்னாள்.

"நாளை என்ன சார், நேற்றே அவர் பெண் பார்க்கத் தொடங்கி இருக்கிறார். பணம், கன்னிப்பெண் இரண்டும்தான் அவருடைய இப்போதைய நோக்கம். ஆனால் கல்யாணம் அளவுக்கு அவர் போனால் நான் தகராறு செய்துதான் தீர வேண்டும்"

"தகராறா.?"

“பின் என்ன சார்? என்னுடன் நெருங்கிப் பழகிவிட்டார். பெண்டாட்டி மாதிரியே இருக்கிறேன். ஆஸ்பத்திரி முழுக்கவும் எங்கள் உறவைப் பத்தித் தெரியும். என்னை வேறு யார் சட்டென்று கல்யாணம் பண்ணிக்குவார்கள்? இந்த அமளி அடங்க கொஞ்ச நாள் ஆகும். அப்புறம்தான் யாருடனாவது என்னால் சினேகம் ஏற்படுத்திக் கொள்ள முடியும். அதுக்காக...”

“அதுக்காக?”

“என் வாழ்க்கைக் கொஞ்சமாவது பாதிக்கப்படத்தானே செய்தது. அதுக்கு ஏதாவது நஷ்ட ஈடு கொடுத்துவிடச் சொல்லுங்கள்.”

“நஷ்ட ஈடா?”

“ஆமாம் சார். எனக்கும் சந்திரனுக்கும் இருக்கும் விவகாரம் வெளியே தெரிஞ்சுதானே போய்விட்டது? இன்னோர் ஆம்பளையோடு என்னைப் பொறுத்திக் கொள்ள அது தற்காலிகத் தடைதானே? அது எனக்கு நஷ்டம் தானே?”

“என்ன எதிர்பார்க்கிறீர்கள்?”

“இருபத்து ஐயாயிரம் கொடுக்கச் சொல்லுங்கள். சங்கடமாக இருந்தால் ஐந்தோ, பத்தோ குறைத்துக் கொள்ளச் சொல்லுங்கள். பதினைந்துக்கு நான் குறைய மாட்டேன்.”

“நஷ்டம் பதினைஞ்சு ஆயிரம் மட்டும்தானா?”

“என்ன சார் பண்ண? அவருக்குத்தான் பணம் வரப் போகிறது, பணத்தோடு பொண்ணும் வரப் போகிறது. எதுவும் இல்லாமல் நிற்கப் போகிறவள் நான்தானே. கொடுத்தால் என்ன?” என்று சாதாரணமாகச் சொன்னவள், சிரித்துக்கொண்டே, “வேண்டுமென்றால், இந்தப் பணத்தையும், அவரோட வருங்கால மனைவியிடமிருந்து கவர்ந்து விடலாமே அவர்...?” என்றாள்.

அவளால் சிரிக்க முடிந்தது. எனக்கு இன்னும் ஆச்சரியமான விஷயமாகவே இருக்கிறது.

உன்னதமான விஷயங்கள் அனைத்தும் வெளுத்துச் சாயம் போய், சோகையோடு, வயிறு வீங்கி, குடல் கட்டி வந்த குழந்தை மாதிரி இருக்கிற காலகட்டத்தில் நான் வாழ நேர்ந்ததுதான் எனக்கு வேதனை தருகிறது. அறிவு, ஞானம், ஒழுக்கம், நெறி, புரட்சி, அரசியல், தத்துவம், இலட்சியம் போன்ற ஆழ அர்த்தங்கள்

கொண்ட வார்த்தைகளோடு காதலும் இனி அருங்காட்சியகத்தில் முதுமக்கள் தாழியோடு இடம் பெற வேண்டிய ஒன்றுதானா? லைலா மஜ்னுவும், அம்பிகாபதி அமராவதியும், ரோமியோ ஜூலியட்டும், கற்பனைப் பாத்திரங்களாகவே என்றும் உலவ வேண்டியது தானா? அல்லது, நான்தான் இன்னும் பத்தாம் பசலியாக இருக்கிறேனா?

சந்திரன் வசதியான டாக்டர் ஒருவருக்கு மருமகனாகி அவர் நர்சிங் ஹோமுக்கும் உரியவனாகி, மாமனார் வீட்டோடு ஐக்கியமானான்.

சஞ்சலா, டாக்டர் சதீஷ் என்பவனுடன் தன்னை இணைத்துக்கொண்டாள். சண்முகசுந்தரம், மகளை சம்பந்திக்கு விற்ற அளவில் ஏதோ கொஞ்சம் பணம் பண்ணிக்கொண்டு சின்னதாக ஒரு வட்டிக் கடை வைத்துக்கொண்டார்.

நான்தான் இவற்றைக் காணச் சகியாமல், மனம் பொருமி, என் ஆரோக்கியத்தை கெடுத்துக்கொண்டிருக்கிறேன். மாதா மாதம் தவறாமல் பிளட் பிரஷரை சோதித்துக் கொள்ளும்படி, டாக்டர் சொல்லிவிட்டார்.

1989

நிகழ் உலகம்

கோயில் கதவு போன்றிருந்தது அந்தக் கதவு. அதனினும் பெரிதாய் இருந்தது வெளிப்புறச் சுவர். உள்ளிருப்பவர் தப்பித்துப் போய்விடக்கூடாது என்கிற ஜாக்கிரதை உணர்வே உயரமாய் நின்றது. அந்தப் பெரிய கதவின், சின்ன பை மாதிரி இருந்தது அந்தச் சின்ன வாசல். ஓர் ஆள் உள்ளே போகவும் வரவும் மாத்திரமே அதன் குறுகிய அமைப்பிருந்தது. காக்கி உடை அணிந்த சேவகன் பின்னே இருந்து சின்ன வாசலைத் திறக்க, முதலில் காலைத் தூக்கி வைத்து பிறகு உடம்பையும் தலையையும் வெளிக் கொணர்ந்து ஒரு வழியாக வெளியே வீதிக்கு அனுப்பப்பட்டான் கிருஷ்ணமூர்த்தி.

திடீரென்று கேளாத காது திறந்து கொண்டது போல, இரைச்சல் அவன் காதுகளில் மோதியது. மனிதர் ஒருவரோடு ஒருவர் பேசும் குரல் ஓசை. இரு பக்கமும் நீண்டு நிறைந்திருந்தது நகரத்தின் கடைத்தெரு.

முதலில் அவன் கண்ணைக் கவர்ந்தது, எதிர் வரிசையில் இருந்த துணிக்கடைகள். வர்ணம் வர்ணமாகத் துணிகள் சீராக அடுக்கி வைக்கப் பட்டிருந்தன. கீழே வெளிர் மஞ்சளில் பாய்விரித்து, வெள்ளைச் சொக்காய் போட்டுக்கொண்டு, முதலாளியும் குமாஸ்தாவுமாகத் தோன்றும் இருவர் உட்கார்ந்திருந்தனர்.

இந்தச் சில மாத காலமாகதான் இழந்திருந்த அந்த வர்ணக் காட்சிகளை அவன் பருகி நின்றான்.

அவன் இருந்த அறையின் சுவர்கள், ஒரு காலத்தில் மஞ்சள் வர்ணம் பூசப்பட்டு, பின்னர் அழுக்காகி, அழுக்கே ஒரு வண்ணமாகி இருந்தது. அதனூடே மூட்டைப் பூச்சிகளை அழுத்தித் தேய்த்துச் சாகடித்த இரத்தக் கறையும் தன் நிறம் இழந்து காவியாகி, பின் கருங்கோடுகளாய் நின்றன. கம்பிக் கதவின் ஊடாகத் தெரியும் தூங்குமூஞ்சி மரத்தின் பச்சையும், சேவகர்களின் பழுப்புக் காக்கியுமே கடந்த ஒரு மாத காலமாக அவனுக்குக் காணக்கிடைத்த வர்ணங்கள்.

சுதந்திரமான உலகம். சுதந்திரமான வர்ணங்களோடு விரிவது அவனுக்கு நிம்மதியைத் தந்தது. நீலமாகிய வானம், கண்ணைக் கூச வைத்தது சூரியன். கூறுகட்டி வைக்கப்பட்டிருக்கும் நடைபாதை பழக்கடைகளின் கம்பி அழிகளின் மேல் இரண்டு அண்டங் காக்கைகள் உட்கார்ந்துகொண்டு, மூக்கைத் துடைத்தும் உடம்பை உதறியும் சிரமபரிகாரம் செய்துகொண்டிருந்தன. போவோர் வருவோர், ஓடுவன, நிற்பன என ஒரு நிழல் உலகம் கண் முன் வியாபித்திருந்தது. நிழல் உலகத்தின் எச்சரிக்கைக் குரலாய் எந்திரங்களின் உறுமல்கள். உறுமல்களே நிழல் உலகத்தின் பிராண மூச்சுகள்.

காலத்தின், சூழலின் பிரக்ஞை அற்று நீண்ட நாழிகை அவன் நின்றான். பின்னர் வீதியை மீண்டும் நோக்கினான். வீதி எப்போதும்போலத்தான் இருந்தது. மனிதர்கள் மற்றும் வாகனங்கள் அதைத் தேய்த்துக்கொண்டேயிருந்தாலும், வியாபார நிறுவனங்களின் அசுர விளக்குகள் வெளிச்சத்தை வாரி இறைத்து, தெருவின் தேய்மானத்தைச் சரி செய்துகொண்டேயிருந்தன.

அவனுக்குத் தன் ஊர் ஞாபகம் வந்தது. தன் மனைவி, தன் குழந்தைகள் ஞாபகம் வந்தது. மேற்கு நோக்கி நடந்தான். மேற்கேதான் பஸ் ஸ்டாண்டு இருந்தது.

நடக்கும் போதே வலப்பக்கம் திரும்பி, தான் இத்தனை நாட்களும் இருந்த கட்டடத்தைப் பார்த்தான். மிகப் பெரும் சுவர்கள் அதன் தலையில் ஆணி அடித்து வேறு வைத்திருந்தார்கள். மனித யத்தனங்களுக்கு அது அச்சமூட்டும் சவால். காற்றும் சோதனைக்குட்பட்டுத்தான் உள்ளே வந்தது.

தனியாக, கசிந்துருக வைத்த நாட்கள் நினைவுக்கு வந்தன. தலையைக் குலுக்கிக்கொண்டான். சுமதியின் முகமும், குழந்தைகளின் முகமும் முன்னால் வந்து நிற்கவே, இயல்பாகவே கால்களில் வேகம் கூடியது. கடைவீதி ஓட்டல்களைக்

கடக்கையில், காபி வாசனை மனசுக்குள் பரவியது. ஓர் ஓட்டலின் உள்ளே போய் உட்கார்ந்து ஸ்டிராங் காபி கேட்டான். வந்த காபிக்கு டிகாக்ஷன் போதவில்லை என்று மேலும் வாங்கிக் கலந்துகொண்டு சாப்பிட்டான். பல மாதங்களுக்குப் பிறகு, காப்பிக் கசப்பு தொண்டைக் குழாயை அறுத்துக்கொண்டு, சூடோடு இறங்குகையில் இதமாய் இருந்தது. ஒரு புதிய வலிமை உடம்பில் சேர்ந்ததாய் உணர்ந்தான்.

பஸ் ஸ்டாண்டை அடைந்தபோது, ஜனங்கள் நிறைவதற்குக் காத்திருக்கும் பஸ்கள் சாவதானமாக நின்றிருந்தன. அவனுடைய ஊர் முப்பத்தைந்து கிலோ மீட்டருக்கு அப்பால் இருந்தது. அரை மணிக்கு ஒரு வண்டி அங்கு போயிற்று. அப்போதும் அவன் ஊருக்கு போகிற வண்டி காலியாகவே நின்றிருந்தது. இருந்தாலும் ஏறி அமர்ந்து கொள்ள விரும்பவில்லை அவன். அப்போதே கிளம்பினால் மூன்று மூன்றரைக்கே வண்டி ஊர் போய்ச் சேர்ந்து விடும். அத்தனை வெளிச்சத்தில் ஊருக்குள் புக அவனுக்குத் துணிச்சல் இல்லை. அந்தி சாய்ந்ததும் போவது என்ற உத்தேசத்தோடு சிமெண்ட் பெஞ்சில் இடம் பிடித்தான்.

சமீப காலமாகத்தான் கிருஷ்ணமூர்த்திக்கு இப்படி ஒரு பழக்கம் ஏற்பட்டிருந்தது. மக்கள் அதிகமாகப் புழங்கும் வீதிகளில் நடப்பது அவனுக்கு ஏலாததாகிவிட்டது. இருள் நிறைந்த சந்துகளிலேயே உலவினான். திருமணமான புதிதில் அவளோடும், வெள்ளை வெளிச்சம் சிந்தும் வீதிகளில் வலம் வந்தான். எல்லோரையும் முகம் பார்த்துப் பேசினான். அப்போதெல்லாம் சந்தோஷமாக இருந்தான். அவளைக் கூட்டிக்கொண்டு வள்ளி மலைக்கு, மலையின் உச்சிக்கே போய் வந்தான். கடல்களைக் காட்டிலும் மலையே அவனுக்குப் பிடித்திருந்தது. மனைவியின் நகைகளையே மூலதனமாகப் போட்டு சொந்தமாகத் தொழிலைத் தொடங்கினான். சில ஆயிரங்களை இழந்த பின்தான், செய்து வந்த தொழிலை எப்படிச் செய்யக்கூடாது என்கிற ஞானமாகிய லாபத்தைப் பெற்றான். விளைவாக, இருள் அடர்ந்த தெருக்களில் நடக்கத் தொடங்கினான்.

வெவ்வேறு ஊர்களில் இருந்தெல்லாம் மனிதர்களை ஏற்றிக்கொண்டு வந்த பஸ்கள், தங்கள் இருப்பிடம் வந்து சேர்ந்த களைப்பில் அவர்களை வெளியே உமிழ்ந்தன. பயணிகள் சுமைகளோடு பல்வேறு வழிகளில் சிதறிப் போனார்கள். சிலர் பஸ்சுக்குள் ஏறி வந்து தங்களை இருத்திக்கொண்டார்கள்.

பார்த்த மாத்திரத்திலேயே பட்டிக்காடு என்று சொல்லத் தக்க பெண்கள் அவனைச் சுற்றி உட்கார்ந்திருந்தார்கள். அவர்களிடம் ஊருக்குப் போகும் பதற்றம் இல்லை. இங்கேயே ராத்தங்கி விடிந்து போகச் சொன்னாலும் சம்மதிப்பவர்கள்போல அவர்கள் இருந்தார்கள். இருப்பைப் பற்றிய நிச்சயமும் வருவதை பற்றிய தெளிவும் அவர்களுக்கு இருந்தது போலும். நிதானமாகக் காய்ந்த வெற்றிலைகளை நீவி, காம்பைக் கிள்ளி எறிந்து, சுண்ணாம்புத் தடவி, சுருட்டி வாய்க்குள் தள்ளி, சாற்றை புளிச்சென்று தங்களுக்குப் பக்கத்திலேயே உமிழ்ந்துகொண்டார்கள். சிலர், தங்கள் ரவிக்கைகளை மேலேற்றி விட்டுத் தங்கள் குழந்தைகளுக்கு ஈந்தார்கள். தங்களின் ஊட்டுதல் தங்களுக்கே மறந்து போகும் படி அவர்கள் தங்களுக்குள் சம்பாஷித்துக்கொண்டும், சீப்பால் தலை வாரிக்கொண்டும் இருந்தார்கள்.

அவனுக்குச் செல்வம் ஞாபகத்துக்கு வந்தான். செல்வம் அவனுக்கு மூத்த மகன். ரெண்டாம் வகுப்புப் படிக்கிறவன். குழந்தை எப்படியோ ஆரோக்கியமாகவே வளர்ந்து வந்தான். நன்றாகப் படிப்பான். படிப்பில் ஆர்வம் அதிகம் இருந்தது. அவனுக்கு அடிக்கடிப் பள்ளிக்கூடம் போன கொஞ்ச நாழிகையில் திரும்பி வந்து விடுவான். சம்பளம் கட்டாததால் வாத்தியார் அவனை வெளியே அனுப்பி விட்டிருப்பார். மான அவமானம் புரிகிற பக்குவம் அவனுக்கு வந்து விட்டிருந்தது. குழந்தை அழுதுகொண்டே வீடு திரும்புவான். சுமதி, குழந்தையை அணைத்துக் கொள்வாள். பல்லைக் கடித்து விழுங்கிக் கொள்வாள். அவன் இருளடர்ந்த சந்துகளில் சஞ்சரித்து விட்டு நள்ளிரவுக்கு மேல் வீடு திரும்புவான். இவனைத் தெருமுனை நாயும், வீடு விட்டு வீடு ஓடும் பெருச்சாளியும்கூட அடையாளம் கண்டு கொண்டன.

நினைவுகளை அகழ்ந்து அகழ்ந்து, நின்று நின்று சீரணித்து உட்கார்ந்திருந்த கிருஷ்ணமூர்த்தி அந்தி சாய்வதை உணர்ந்து, ஒரு பஸ்சுக்குள் ஏறி அமர்ந்தான். அமர்ந்ததும் குழந்தைகள் நினைவு வர, இறங்கிப் போய் கொஞ்சம் கதம்பமும், ஆரஞ்சுப் பழங்கள் இரண்டும் வாங்கினான். ஆப்பிள்கூட விற்றது. வாங்க முடியாத விலை சொன்னார் கடைக்காரர். ஆரஞ்சேபோதும் என மீண்டும் வண்டிக்குள் வந்து அமர்ந்தான்.

நன்கு இருட்டிய நேரத்தில் ஊர் வந்து சேர்ந்தான். ஏரிக்கரை இறங்கி, புளியமரங்களின் கொத்துக் கொத்தாய்

விழுந்த இருட்டுக்குள் நடந்தான். முழுமையை எட்டும் நிலா துணைக்கு வந்தது. இவன் விரும்பாவிடினும்கூட அது உடன் வந்தது. சிவுக்கென ஒரு பறவை அவன் காதோரம் பறந்து அவனைத் திடுக்கிட வைத்தது. இன்னும் கொஞ்சம் தாமதித்து வந்திருக்கலாமோ என ஒரு கணம் நினைத்துக் குழம்பினான். தன்னைப் பார்த்து அவள் திடுக்கிட்டுப் போவாள் என்பதை, தனக்காக அவள் அழுவாள் என்பதை நினைக்கும்போது அவனுக்கு நெஞ்சம் அடைத்தது. ஆனாலும் அச்சமும் உடன் மூண்டது. மனைவியை நேருக்கு நேர் சந்திக்க பயமாயும் இருந்தது. அந்தக் கணத்தைத் தவிர்க்கும் நோக்கோடு இப்படியே கொஞ்சம் நேரம் போக்கலாம் என்கிற யோசனையில் சுடுகாடு பிரியும் பாதையில் இருந்த அரச மரத்தின் சிமென்ட்டுக் கட்டையின் மேல் உட்கார்ந்தான். சிமென்ட் தளம் வழவழப்பாய் குளிர்ச்சியாய் இருந்தது. வேஷ்டியை மடித்துக் கட்டிக்கொண்டு சம்மணம் போட்டு உட்கார்ந்தான். இருக்கையின் சில்லிப்பு தொடையில் ஏறி, மயிர் கூச்செறிவதை உணர்ந்தான். பெண்ணை அறிந்து பல நாளாவதைத் தனக்குள் உணர்ந்து நொந்தான். அரச மரத்தை ஒட்டிய குத்துச் செடிகளுக்குப் பின்னிருந்து 'யாருய்யா அது?' என்று அதட்டும் குரல் வந்தது. கரகரத்த ஆண் குரல் கூடவே, புழுங்கிய மல்லிகை மலர் மணமும், கண்ணாடி வளையல் சிணுங்குகிற சப்தமும் எழுந்தன. இனி இங்கு இருப்பது தகாது என்றெண்ணி எழுந்து நடந்தான். சோரம் போகிறவன்கூடத் தன்னை விரட்டுவது அவனுக்கு வேடிக்கையாக இருந்தது.

இந்த அரச மரத்தின் அடியில்தான், அவனுக்கும் சண்முக சுந்தரத்துக்கும் அந்த ஒப்பந்தம் ஏற்பட்டது. இன்றுகூடவே துணைக்கு வரும் நிலாதான் அன்றும் உச்சியில் வழிந்தது. சண்முகசுந்தரம் அவன் கையைப் பிடித்துக்கொண்டு சொன்னான். "கிருஷ்ணமூர்த்தி, இது கையின்னு நினைக்காதே. உன் காலுன்னு நெனைச்சுச் சொல்றேன். யாரோ சொன்னாங்கன்னு புத்திகெட்டுப் போயி பிராந்தி பாட்டிலை வாங்கிக்கிட்டு வந்துட்டேன். இந்தப் பக்கம் வித்தா காசுகூடக் கெடைக்குமேன்னு... பேராசை... மடத்தனம் பண்ணிட்டேன். போலீஸ்ல மாட்டிக்கிட்டேன். பணத்தைக் குடுத்து வாயக் கட்டி வச்சிருக்கேன். அவனுகளை... நான் ஜெயிலுக்குப் போனா அதோட என் மானம் மரியாதை எல்லாம் போயிடும்பா... அப்புறம் நான் பிசினெஸ் பண்ண முடியாது. எனக்காக நீ உள்ளே போயிட்டு வந்துடு. ஆயிரம் ரூபா முதல்லே தர்ரேன்... மாசா மாசம் உன் சம்சாரத்துக்கிட்டே

ஐநூறு குடுத்திடறேன். நான் வார்த்தைத் தவற மாட்டேன்னு உனக்கே நல்லாத் தெரியும் கிருஷ்ணமூர்த்தி... என் மானத்தை காப்பாத்துப்பா...”

சண்முகசுந்தரம் உண்மையிலேயே பயந்துதான் போயிருந்தான். அவன் மானத்தை, அவன் கௌரவத்தை இவன் காப்பாற்ற வேண்டுமாமே, கேட்டு விட்டான்.

கிருஷ்ணமூர்த்திக்கு எல்லாம் சரிந்தது. உடம்பெல்லாம் கசப்புப் பரவியது. எல்லாவற்றின் மேலும் ஒரு கசப்பு. விரக்தி தோன்றியது. யார்மீது காண்பிப்பது என்றறியாத கோபம் வந்தது.

சம்பளம் கட்டாததால் திரும்பி வரும் குழந்தையும், மனசுக்குள்ளேயே சோகத்தை வைத்துக்கொண்டு தன்னைக் கரைத்துக் கொள்ளும் சுமதியும் நினைவுக்கு வர, சண்முகசுந்தரத்தின் மானத்தைக் காப்பாற்றி விட்டான் கிருஷ்ணமூர்த்தி.

ஒரு நாய் இவனைக் கண்டு ‘உர்ர்’ என்றது. யாரோ அந்நியன் என்பதாகப் பாவித்து, இரண்டு எட்டு எடுத்து வைத்து, சிறு சப்தமாக ‘வள்’ என்றது. பிறகு மீண்டும் இவனை நிதானித்துப் பார்த்து, ‘அடடா... நம்ம ஆள்’ என்பதாக வாலை ஆட்டி, பின்னுக்கு நகர்ந்துகொண்டது.

*

அவன் வீட்டுக் கதவு சாத்திக் கிடந்தது. சாவித் துவாரத்தின் ஊடே நெற்றிக் குங்குமமாய் வெளிச்சம் நின்றது. அவள் விழித்திருக்கிறாள் என்பது அவனுக்கு ஆறுதலாய் இருந்தது. கதவை விரல்கொண்டு தட்டினான். பதில் இல்லை. மீண்டும் அவன் பலமாக ஆனால் பக்கத்து வீட்டுக்குக் கேட்காத விதமாய்த் தட்டினான்.

மெல்லியதாக ஒரு கோடு கிழித்தது மாதிரி “யாரு” என்றது குரல்.

“நான்தான்...”

“ஊம்...?”

“நான்தான்...”

அவசரமாய்க் கதவு திறந்தது. கையில் விளக்கை வைத்துக்கொண்டு அவள் நின்றாள். அவனைக் கண்டு மலைத்தாள். விளக்கு வெளிச்சத்தில் சிவப்பாக, வெறுத்துப் போய், கண்ணுக்குக் கீழே கருவளையங்கள் இட்டு, சீவப்படாத

தலை பறக்க, மெலிந்த தோளோடு, கந்தலைச் சுற்றிக்கொண்டு நின்றாள்.

அவள் விளக்கை எடுத்துக்கொண்டு உள்ளே போய், விளக்குத் தண்டின்மீது அதை வைத்தாள். அவன் கதவைத் தாளிட்டு அவளைப் பின் தொடர்ந்தான். கூடத்தை ஒட்டி கிழிந்து ஓரம் செரித்த கோரைப் பாயில் குழந்தைகள் இரண்டும் சுருண்டு கிடந்தன. அவன் குனிந்து முழங்கால் ஊன்றி இரண்டுக்கும் முத்தம் தந்தான். சின்னக் குழந்தை கனவில் சிரித்தது. தன்னையே பார்த்துச் சிரித்தது மாதிரி அவன் ரோமம் சிலிர்த்தது.

மூங்கில் தூணில் சாய்ந்துகொண்டு சுமதி நின்றாள். அவனையே பார்த்தவாறு அவள் நின்றாள். அவன் தலை நிமிர்ந்து அவளைப் பார்க்க முயற்சித்தான். ஏனோ அவனால் அவளை நேருக்கு நேராய்ப் பார்க்க முடியவில்லை. அவன் சிறைக்குச் செல்வதற்கு முன் இருந்ததை விடவும் மோசமாக இருந்தாள்.

“எப்படி இருக்கே” என்றான் கிருஷ்ணமூர்த்தி. காத்திருந்தவள் போல அவள் தேம்பித் தேம்பி அழத் தொடங்கினாள். அவள் பொங்கி வழியட்டும் என்று அவன் காத்திருந்தான். பின் அவன் கண்ணீரைத் துடைக்கும் பொருட்டு அருகே போனான். ஏனோ அந்நியப் பெண்ணைத் தொட நேர்ந்ததைப்போலக் கூசிப் பின் வாங்கிக்கொண்டான்.

தூணைச் சார்ந்து அவள் உட்கார்ந்துகொண்டாள். கொஞ்சம் தள்ளி பாயில் அவன் உட்கார்ந்தான். கதம்பப் பொட்டலத்தையும், ஆரஞ்சுப் பழங்களையும் எடுத்து அவள் அருகில் வைத்தான்.

“சண்முகசுந்தரம் பணம் குடுத்தானா.”

“குடுத்தாரு”

“எவ்ளோ? ஆயிரம் தானே...!”

“இல்லே... முன்னூறு ரூபாதான் குடுத்தார்”

அன்றைய இரவில் அரசமரத்தின் அடியில் எழுந்த கசப்பு மீண்டும் அவனுக்குள் எழுந்தது. கசப்பு! எல்லார்மீதும் எழுந்த கசப்பு.

“மாசம் மாசம் ஐநூறு தர்ரேன்னு சொன்னானே... தரல்லையா...”

“இல்லே... முதல்லே கொடுத்த முன்னூறுதான்... அப்புறம் தரவே இல்லை...”

நிலா வெளிச்சம் வாசலில் பட்டு, எதிரொலித்தது. அவன் வேஷ்டியின் மேலும், அவள் முகத்திலும் ஒளிர்ந்தது.

"அந்த முன்னூறை வச்சிக்கிட்டா ஆறு மாசம்..."

தலையைக் குனிந்துகொண்டாள்.

சுமதி கண்களில் இருந்து வழிந்துகொண்டேயிருந்தது. வானத்தைப் பார்த்தவாறு அவள் இருந்தாள்.

"சண்முகசுந்தரம் ஒழுங்காப் பணம் குடுப்பான், கொஞ்சம் நாளைக்காவது நம்ம கஷ்டம் நீங்கட்டும்னுதான்..."

அவள் இன்னும் வானத்தையே வெறித்துக்கொண்டிருந்தாள். சின்னவள் புரண்டு, சிணுங்கி, அழத் தொடங்கினாள். சுமதி குழந்தையை எடுத்து மடியில் இட்டு தட்டிக் கொடுத்துத் தூங்கப் பண்ணினாள். தூணுக்கு மேல பல்லி உத்தரத்தில் இருந்துகொண்டு 'ல்லிக்... ல்லிக்' என்று இரண்டு முறை கூவியது.

"பெரியவன் எப்படிப் படிக்கிறான்..."

"நிறுத்திட்டேன்... ஒழுங்காக சோறுபோட்டு, புத்தகம் வாங்கிக் கொடுக்க முடியல்லே... பள்ளிக்கூடத்துக்குச் சம்பளமும் கட்ட முடியல்லே... நிறுத்திட்டேன்... செட்டியார் கடையில சேத்து உட்டிருக்கேன்..."

மீண்டும் ஒரு முறை கசப்பு. அவன் உடம்பில் பரவியது. எல்லாம் இழந்து விட்ட, நிராதரவான நிலையில் இருப்பதாக உணர்ந்தான். ரொம்பச் சிரமத்தோடு கேட்டான். "சாப்பாட்டுக்கு என்ன பண்றே."

அவள் தலையைக் குனிந்துகொண்டு மீண்டும் அழத் தொடங்கினாள். கிருஷ்ணமூர்த்திக்கு அங்கு உட்கார்ந்திருப்பதே சிரமமாக இருந்தது.

அவள் கொஞ்சம் ஓய்ந்ததும் அவன் சொன்னான்.

"சண்முகசுந்தரம் ஆயிரம் ரூவா கொடுக்கிறதாச் சொன்னான். ஏமாத்திப்புட்டான். மாசாமாசமும் ஐநூறு தர்ரேன்னு சொன்னான்..."

சுமதி சொன்னாள். "அடுத்த முறை போவும்போது முதல்லியே பணத்தை வாங்கிடுங்க..."

அவள் புடவைத் தலைப்பில் இருந்து ஒவ்வொரு நூலாக இழைபிரித்து, நூல் சிம்புகளைத் தரையில் போட்டாள்.

அவன் முதுகு விரைத்து கல்லானதுபோல நிலாவையே பார்த்துக்கொண்டிருந்தான்.

அவள் மீண்டும் கேட்டாள்.

"திரும்பவும் எப்போ போவீங்க..."

அவன் மீண்டும் தன்னை நொந்துகொண்டான். சட்டென்று எல்லாம் தன்னை விட்டு விலகி, தனியனாக வெள்ளத்தில் அடித்துச் செல்லப்படுபவன்போல உணர்ந்தான். ஒரு முடிவுக்கு வந்தவனாய் அவன் சொன்னான்.

"இப்பவே போறேன்..."

"இப்பவே வா"

"ஆமா..."

அவள் தன் முந்தானையின் இழையை மீண்டும் பிய்த்துத் தன் சுட்டு விரலில் அதைச் சுற்றி அறுத்து எறிந்தாள்.

"போறதுன்னா பணத்தை வாங்கி என் கையில் குடுத்துட்டுப் போங்க..."

"சரி" என்றான் கிருஷ்ணமூர்த்தி. குழந்தைகளுக்கு அழுந்த முத்தம் கொடுத்தான். தூக்கத்திலேயே சிணுங்கினாள் சின்னவள்.

"வரட்டுமா..."

"காலைல போவப்படாதா..."

சுமதி யாரோபோலப் பட்டது அவனுக்கு. அப்போதுதான் முதன் முதலில் சந்திக்க நேர்ந்த அந்நியளைப்போல இருந்தது.

அவன் எழுந்தான். கதவைத் திறந்துகொண்டு வெளியேறினான். எங்கும் இருண்டு கிடந்தது. பின்னே, கதவு மூடித் தாழ்போடும் சப்தம் கேட்டது.

1984

மாமன் வரவு

கிருஷ்ணமூர்த்தி மாமா வரப்போகிறது என்று அம்மா சொன்னாள்.

எனக்கு ஐஸ் கட்டிகளை வாரி வயிற்றில் கொட்டியது மாதிரி இருந்தது.

"எப்போம்மா?" என்றேன் துள்ளிக்கொண்டு. மாமா வருது என்கிற செய்தியைத் துள்ளாமல் நின்றுகொண்டு கேட்டு வாங்கிக் கொள்ள முடியாது என்னால். அக்காவைப் பார்த்தேன். புத்தகங்களை மேசைமேல் அடுக்கி வைத்துக்கொண்டிருந்தாள். ஏதோ தனக்குச் சம்பந்தம் இல்லாதது போல் மாமாவின் வருகை அவளுக்குப் பிடிக்காமல் இருக்குமோ? அப்படியெல்லாம் இருக்காது. ஏன் இவள் அந்தச் சேதியைக் கேட்டு 'உம்'மென்று இருக்கிறாள். ஆனால், அவள் முகமும் கண்ணும் மட்டும் சிரித்துக்கொண்டிருந்தன். அக்கா ஏன் இப்படி ஆகிப் போனாள்!

கிருஷ்ணமூர்த்தி மாமா சும்மா வருவதில்லை. வருஷத்துக்கு ஒருமுறை கோடை விடுமுறை நாள்களின்போது வரும். ஒரு மாசம் தங்கும். என்னையும் ராஜேஸ்வரி அக்காவையும் இழுத்துக் கொண்டு சுற்றும். எங்களுக்கு லீவு போவதே தெரியாது.

மாமாவை எனக்கு ரொம்பப் பிடிக்கும். ஏன் அக்காவுக்கும்தான் பிடிக்கும். சிரித்துச் சிரித்துக் கொண்டு எங்களைச் சிரிக்க வைத்துக்கொண்டு பேசும். எத்தனை ஐஸ்கிரீம் கேட்டாலும் வாங்கித்

தரும். சினிமாவுக்கு அழைத்துப் போகும். சினிமா பார்த்தால் கண் கெட்டுவிடும். அப்புறம் நாங்களே கெட்டுப் போய்விடுவோம் என்று அப்பா என்னையும் அக்காவையும் சினிமாவுக்கே அனுப்ப மாட்டார். சினிமா பார்த்து நாங்கள் எப்படிக் கெட்டுப் போவோம் என்று எங்களுக்கு புரிந்ததேயில்லை. ஆனால் மாமாவுடன் போனால் மட்டும் அப்பா ஒன்றும் சொல்வதில்லை.

போன முறை மாமா வந்தது இப்போதும் ஞாபகம் இருக்கிறது. போன வருஷம் என்ன காரணத்தாலோ அது வரவில்லை. அதுக்கு முந்தின வருஷம் வந்தது. நான் ஆறாவதும் அக்கா ஒன்பதாவது படித்துக்கொண்டிருந்தோம். சட்டென்று ஒரு பெரிய மனுஷன் வருகிறார்போல இருந்தது. அது வரும்போது நான் அதன் இடுப்புக்குதான் உயரம் இருந்தேன். பான்ட்டும் உள்ளே சட்டையை விட்டுக்கொண்டு 'கே' என்று பொறித்த பெல்ட் கட்டிக்கொண்டு மரவட்டையை எடுத்து வைத்துக்கொண்டார்போல மீசையும் பெருச்சாளி மாதிரி ஷூக்களும், மாமா அடையாளமே தெரியாமல் இருந்தது. 'ஏய் நட்ராஜா' என்று என்னைக் கட்டிக்கொண்டது. அக்காவைப் பார்த்து 'அடே! தம்மாத்தூண்டு இருந்தே போன முறை வந்தபோது! இப்போ என்னை விட உசரமாயிட்டியே! என்றது சிரித்துக்கொண்டு. அக்கா, ரொம்ப வாயாடி என்று பெயரெடுத்தவள். ஒன்றும் பேசாமல், மறைப்புக்காக வைத்திருந்த தட்டிக்குப் பின்னால் போய் நின்றுகொண்டு ஒற்றைக் கண் தெரிய அவனைப் பார்த்துச் சிரித்தாள். அக்காவுக்குச் சமீபகாலங்களில் ரொம்பத்தான் வெட்கம் வந்து விடுகிறது. ஆண் பிள்ளைகள் யார் வீட்டுக்கு வந்தாலும் அவள் தட்டி மறைப்புக்குள் போய் விடுவாள்.

அக்கா, மாமாவைப் பார்த்து ஓடிப் போகும்போது அம்மா சொல்வாள். "பெண் வளர்த்தி பீர்க்கு வளர்த்தி மாதிரிடா... நேத்துப் பார்த்து இன்னிக்குப் பார்த்தாகூட வளர்த்தி தெரியுமே!" என்பாள். அப்புறம் மாமா கேட்கும். "எதுக்கு என்னைப் பார்த்ததும் ஓடி ஒளிஞ்சுக்கிறா" அம்மா சொல்வாள், "கட்டிக்கப் போறவனைப் பார்த்தா பொம்மனாட்டிகளுக்கு வெக்கம் வரத்தான் செய்யும்" மாமா ஆச்சரியப்பட்டுக்கொண்டு கேட்கும் "அட! அப்போ ராஜேஸ்வரி பொம்மனாட்டியா ஆயிட்டான்னு சொல்றியாக்கா!"

சாயங்காலம் நாலு அடித்தவுடனேயே நாங்கள் வெளியே புறப்படத் தயாராகி விடுவோம். பள்ளிக்கூடத்தைத் தவிர வேறு

இடங்களுக்கு அக்கா போவதே குறைவு. அப்பாவின் கெடுபிடி அப்படி. பள்ளிக்கூடத்துக்குப் போகும்போது யூனிஃபார்ம் டிரஸ்தான். மரத்தூள் மாதிரி ஒரு நிறம். இதை விட மோசமான நிறத்தை யாராலும் கண்டு பிடிக்கவே முடியாது. பாவம், அக்கா ஸ்கூல் பெண்கள் அத்தனை பேருமே அழுதிருப்பார்கள். ஆகையால் அக்கா அபூர்வமாக இந்த மாதிரி வெளியே கிளம்புகிற நேரத்தில் திருவிழாவுக்குப் போகிற மாதிரி உடுத்திக் கொள்வாள்.

"பத்திரம் பத்திரம்" என்ற அம்மாவின் வார்த்தைகளையும் "ஜாக்கிரதை ராத்திரி எட்டு மணிக்குள்ளே வந்துடணும்" என்ற அப்பாவின் வார்த்தைகளையும் வாங்கிப் பாக்கெட்டுக்குள் போட்டுக்கொண்டு கிளம்புவோம். என்ன அர்த்தம் இல்லாத வார்த்தைகள்.

முதலில் கடைத்தெருவில் இருக்கிற அந்தப் பழங்காலத்து ஐயர் ஓட்டல். மாமாவுக்கு அந்த ஓட்டல்தான் பிடிக்கும். முதலில் ஓர் இனிப்பு. அது எதுவாக இருந்தாலும் எனக்கு ஆட்சேபணை இல்லை. அக்கா மட்டும் வேணாம், வேணாம் என்று மறுக்கும். பெண்கள் என்றாலே அப்படியெல்லாம் சொல்ல வேண்டும் போலும். ஆனால் சாப்பிடும். அப்புறம் ஒரு காரம். மாமாவுக்கு அதுவேபோதுமானதாக இருக்கும். அக்கா 'போதும் போதும்' என்று மன்றாடும் நான் காரத்துக்கு அடுத்துத் தோசையில் அல்லது பூரிக்கிழங்கில் குறியாய் நிற்பேன்.

எனக்குப் பூரிக்கிழங்கு ரொம்பப் பிடிக்கும். பொம்மென்று பாப்பாக் கன்னம் மாதிரி உப்பிக்கொண்டு இருக்கும் பூரிகள், சுட்டு விரலை நடுவில் விட்டு உடைத்தால் 'பொக்'கென்று ஆவி பறக்கும் பூரிகள், சூடாகக் கோதுமை வாசனையோடு உருளைக் கிழங்கு மசியலைத் தொட்டு வழித்துக்கொண்டு உள்ளே தள்ளினால் ஸ்... ஸ்... ஆ..

"எது வேணும்னாலும் சாப்பிடு" என்று மாமா சொல்லும். அக்கா மட்டும் கண்களை உருட்டி என்னைப் பார்த்து முழிக்கும்.

"பரவாதி! வீட்டுல சாப்பிடறதே இல்லையா நீ! சுத்த அலைஞ்சானா இருக்கியே" என்று அடிக்குரலில் என்னைத் திட்டும்.

"உஸ்... அவனுக்குச் சாப்பிடணும்னு தோணுது. சாப்பிடட்டுமே. நீ எதுக்குத் தடுக்கறே...!" என்று மாமா,

அக்காவைப் பார்த்து சொல்லும். அக்காவுக்கு நான் என்னவோ அவமானகரமான காரியம் செய்கிறது போல் எண்ணம். நாசூக்கு இல்லாமல் நான் திங்கறேனாம். பெண்கள் என்றால் இந்தத் தளுக்கெல்லாம் வேணும் போலும்.

வயிற்றை நிரப்பிக்கொண்டு கடைத்தெருவை வேடிக்கைப் பார்க்க வேண்டும். மாமா ஒவ்வொரு முறை வரும்போதும் ஏதாவது பரிசுப் பொருள் எங்களுக்கு வாங்கிக் கொடுக்கும். போன முறை எனக்கு கைக்குட்டையும் பர்ஸும் அக்காவுக்கு ஏதோ அழகழகான மணிகள் கோத்த மாலையும் வாங்கிக் கொடுத்தது. அக்கா 'வேணாம் வேணாம் மாமா' என்றது. ஆனால் ஆசையாக அந்த மாலையையே பார்த்துக்கொண்டிருந்தது. வேணாம் என்றால் வேணும் என்று அர்த்தம் போலும் அக்காவுக்கு.

மாமாவை எனக்கு ஏன் பிடித்தது? இப்போது யோசித்துப் பார்க்கிறேன். காரணம் புரிகிறாற் போல் இருக்கிறது 'கிளாஸ்லே என்ன ராங்கடா? என்று கேட்டு உதட்டைப் பிதுக்கியதில்லை. என் அசட்டுத்தனங்களை இரத்தம் வரக் குத்திக் காட்டியதில்லை. என்னைச் சிறுபையனாக நடத்தியதில்லை. சினிமாவில் முனை சீட்டில் தான் எனக்கு உட்கார விருப்பம். மாமா எத்தனை பெரியவர். அது இஷ்டப்பட்டால் நான் மறுக்க முடியுமா என்ன? இருந்தும் மாமா முனைச்சீட்டை எனக்குக் கொடுப்பார். அந்த மாமாதான் வரப் போகிறார்.

மாமா வந்தே விட்டது. பன்னிரண்டு மணி சுமாருக்கு சூட்கேஸோடு வந்தது.

அடேயப்பா! என்ன உசரம்! "குனிஞ்சு வாடா, குனிஞ்சு வாடா!" என்றாள் அம்மா. வாசல் நிலையில் இடித்துக்கொண்டு விடுமோ என்று தம்பி மேல்தான் என்ன கரிசனை. எங்களையெல்லாம் பார்த்துச் சிரித்தது. மாமாவுக்குத்தான் என்ன அழகான பல் வரிசை. மீசை, கோடு போட்டதுபோல, ஸ்லாக், சர்ட், வானநீலம் வெள்ளை பாண்ட் தொள தொள இல்லாமல் சிக்கெனப் பிடிக்கும் உடை. தூண் நிற்கிற மாதிரி நின்றது அது.

"வா மாமா...!" என்றேன்.

இந்த நேரத்தில் அக்கா என்ன செய்ய வேண்டும்? டக்கென்று பாய்ந்து ஓடி கூடத்துத் தட்டி மறைப்பில் நின்றுகொண்டு ஒற்றைக் கண்ணால் பார்க்க வேண்டுமே. என்ன ஆச்சரியம்? அக்கா, அந்தப் பச்சைப் பாவாடையும் பச்சைத் தாவணியும்

பிரபஞ்சன் | 111

போட்டிருந்தது. அது ஓடவில்லை. மெல்ல மாமாவின் அருகில் வந்து "வாங்க மாமா"! என்றது. பல் தெரியாமல் கண்ணால் சிரித்தது. பிறகு சூட்கேஸை எடுத்துப் போய், மாமா தங்கப் போகும் அறையில் வைத்தது. பிறகு அடுப்பங்கரைப் பக்கம் போய் விட்டது.

"அம்மா சௌக்கியமா...!" என்றாள் அம்மா, அம்மா பாட்டியை விசாரித்தாள்.

"இருக்காங்க, உன்னைத்தான் பார்க்கணும்னு சொல்லிக்கிட்டிருக்காங்க.

அம்மா தலையை நட்டுக்கொண்டிருந்தது. அம்மா, அவள் அம்மாவை நினைத்துக்கொண்டாள் போலும்.

"சரஸ்வதியை யாரோ வந்து பார்த்துவிட்டுப் போனாங்களாமே!"

"ஆமாம் அக்கா... இருபத்தஞ்சு பவுன் போட்டு கல்யாணமும் பண்ணி வைக்கச் சொல்றாங்க" என்றது மாமா. மாமாவிடம் என்னவோ குறைந்து விட்டது போலிருந்தது. என்ன அது? ஆமாம், வார்த்தைக்கு வார்த்தை சிரித்துக் கொள்ளுமே, அது இல்லை. மாமா எங்கே போட்டு விட்டது சிரிப்பை!

"மாப்பிள்ளை வாத்தியாரா இருக்கார்கா... நல்லா இருக்கார்..?"

"ம்... பணத்துக்கு என்ன பண்ணப் போறே..?

"வீட்டை அடமானம் வைக்க வேண்டியதுதான்."

அம்மா தலையைக் கவிழ்த்துக்கொண்டு உட்கார்ந்தாள். அக்கா கையில் காபியோடு வந்து மாமாவிடம் கொடுத்தது. மாமா, காப்பியை வாங்கிக் குடித்தது.

"அக்கா... ராஜேஸ்வரி காப்பி போட்டா மட்டும் ஒரு அலாதியான மணம் வருதே, அது எப்படி...?" என்றது மாமா. அப்பப்பா? ஒருவழியாக மாமா திரும்பி வந்து விட்டது.

"அது சரி, கட்டிக்கப் போறவ குடுக்கறா இல்லியா? அது அப்படித்தான் இருக்கும்" என்றாள் அம்மா, குதூகலமாய்ச் சிரித்துக்கொண்டு.

"போம்மா..." என்றது அக்கா. இது மாதிரி நேரத்தில் பார்க்க வேண்டுமே, என் அக்காகூட அழகாகத்தான் இருக்கிறது. அக்கா அம்மா பக்கத்தில் கொஞ்சம் உள்ளடங்கின மாதிரி உட்கார்ந்துகொண்டது.

“உன் வேலை விஷயம் என்னாச்சு..?”

“கெடச்சுடும்னு நினைக்கிறேன்க்கா... அநேகமா? ஜுலை மாசத்துல ஆர்டர் வந்துடும்...”

“நல்லபடியா ஆகட்டும்...” என்றவாறு அக்காவைத் திரும்பிப் பார்த்தாள் அம்மா. அக்கா, தாவணியின் ஓரங்களை நீவி விட்டுக்கொண்டிருந்தாள். மணிமாலையைப் பல்லால் கடித்துக்கொண்டிருந்தாள். மாமா வாங்கிக் கொடுத்த மாலைதான் அது. அக்காவின் முகம் சிவந்து போய் இருந்தது. அடிக்கடி இது மாதிரி ஆகிவிடுகிறது அக்காவுக்கு.

நான் என்னை வெளிப்படுத்திக் கொள்கிற நேரம் அதுதானே. மாமா ரத்னா பாலஸில் ‘சிட்டி லைட்ஸ் ஓடுது மாமா, இன்னிக்கு சாயங்காலம் போகலாமா?” என்றேன்.

“அவன் கவலை அவனுக்கு” என்றாள் அம்மா, மாமாவைப் பார்த்துக்கொண்டு.

மாமா சிரித்துக்கொண்டு “ஓ.! போலாமே...” என்றது.

சொன்னபடியே கிளம்பவும் செய்தது. நான் சட்டையையும் அரைக்கால் சட்டையையும் மனக் கஷ்டத்தோடு அணிந்துகொண்டேன். அரைக்கால் சட்டை என்றால் இடுப்பில் இருந்து முட்டி வரைக்கும் தொங்குகிற கால் சட்டை கொஞ்சம் தூக்கலாக இருந்தால் என்ன? ‘வளர்ற பிள்ளை தாராளமா தைப்பா’ என்று அப்பாகூட இருந்து சொன்னதால் தைக்கப்பட்ட கால்சட்டை.

மாமா கேட்கும் “ஏன்டா அரைக்கால் சட்டைன்னா நெஜமாவே அரைக்கால் வரைக்கும் இருக்கணுமாடா?”

இந்த அப்பா இப்படித்தானே என்னை வதைப்பது வழக்கம் இருந்தாலும் கால் சட்டை இல்லாமல் எப்படி வெளிக்கிளம்புவது? போட்டுக்கொண்ட பிறகுதான் கவனித்தேன். அக்கா கிளம்பாததை.

“என்னக்கா நீ சினிமாவுக்கு வரலியா...” என்றேன்.

அக்கா என்னை ஒரு மாதிரியாகப் பார்த்தது. ‘சீ’ என்றது “அவ வரமாட்டா நீ போ...” என்றாள் அம்மா.

“ஏன்..?”

“அப்படித்தான்... நீ போயேன் ஏன் எப்படின்னு கேட்டுக்கிட்டு இருந்தா, அறை விழும்.”

நான் மாமாவின் அறைக்குப் போனேன். அது பவுடர் போட்டுக்கொண்டிருந்தது. பவுடர் தூசு.

"மாமா... அக்கா வரலியாமே...!" என்றேன்.

"சரி..."

"நீ கூப்பிடேன்"

"வேணாம்"

"ஏன்?"

"வரலேன்னா சரி. எதுக்குக் கட்டாயப்படுத்தணும்...!"

"நீ கூப்புட்டா வரும்"

"அம்மா என்ன சொல்லிச்சு?"

"அக்கா வராதுன்னு சொன்னாங்க"

"கரெக்ட், அக்கா வராதுதான். நாம போவோம்!"

"இந்தப் பெரியவர்கள் இப்படித்தான், மூடி மூடித்தான் பேசுவார்கள். ஏன் என்றால் அறைவேன் என்கிறார்கள். வராவிட்டால் மிச்சம்.

ஐயர் ஓட்டலில் வயிறு ஊதத் தின்றோம். சினிமாவுக்குப் போனோம். ராத்திரி வந்து சாப்பிட்டோம். அக்கா, ஏற்கனவே சாப்பிட்டிருந்தது போலும். நானும் மாமாவும் சாப்பிட்டோம். அம்மாதான் பரிமாறினாள். மாமாவுக்கென்று எப்பவுமே அம்மா ஸ்பெஷலாக சமைப்பாள். வஞ்சரை மீன் வறுவலும் வெங்காய சாம்பாரும் வைத்திருந்தாள். மாமா மோருக்கு வந்த விட்ட பிறகும் நான் சாம்பாரைத் தாண்டவில்லையே... அப்பா வந்திருந்தார். அப்பா சாப்பிடப் பதினொன்று ஆகும்.

அப்பா மொட்டை மாடியில் காற்றாட உலாத்திக் கொண்டிருந்தபோது நானும் மாமாவும் மேலே போனோம். அம்மாவும் வந்து சேர்ந்தாள்.

"வீட்டை அடமானம் வைக்கப் போறேன்னு சொன்னியாமே..?" என்றார் அப்பா.

"ஆமா மாமா. பணத்துக்கு வேற வழி?"

"எவ்வளவுக்கு?"

"இருபத்தையாயிரம் இருந்தாபோதும் மாமா, சமாளிக்கலாம்..."

"பண்ணித்தான் ஆகணும்... வீட்டுல பொண்ணை வச்சிட்டிருக்கிறது ஒரு சுமைதான். ஆனா வட்டியும் அடுத்து முதலும் கொடுத்து வீட்டை மீட்க முடியுமா உன்னால? உனக்குன்னு ஒரு வீடு வாணாமா? உனக்கும் கல்யாணம் ஆகணும்பா? என்றார் அப்பா மாமாவைப் பார்த்துக்கொண்டு.

மாமா சும்மா இருந்தது.

"சரி... பார்ப்போம்... நான் ஒரு பதினைஞ்சு ரூபாய்க்கு ஏற்பாடு பண்றேன். நீ வீட்டு மேல பத்து வாங்கு. சீக்கிரம் ஒரு தேதியை வச்சு முடிச்சுடுவோம்." என்றார் அப்பா.

"உங்களுக்கு மேல மேல சிரமம் கொடுத்துக்கிட்டு இருக்கேன் மாமா. என் படிப்புச் செலவையெல்லாம் நீங்கதான் பண்ணீங்க. உங்களுக்கு இந்தத் கடனையும் ஏற்படுத்திட்டு நான் எப்படி அடைக்கப் போறேன் மாமா..?"

"சர்த்தான் விடு. நான் உனக்குக் குடுத்ததும் குடுக்கறதும் கடனா... நீயும் எனக்கு ஒரு பிள்ளைதாம்பா. உன் தங்கை கல்யாணத்தை முடி. வேலை கிடைச்சா பாரு. இல்லேன்னா அம்மாவையும் அழைச்சுக்கிட்டு இங்கியே வந்துரு. ஒரு பிசினஸ் ஏற்பாடு பண்றேன். அடுத்த வருஷம் உன் கல்யாணத்தை முடுச்சுடுவோம். ராஜேஸ்வரிக்கும் வயசாயிட்டிருக்கில்லே" என்றார் அப்பா.

நிலவு இருந்தது வானத்தில். மாமா கண்கள் கலங்கியிருந்தது போலத் தோன்றியது.

"என்னடா இவன், எதையோ கொடுக்கிற மாதிரி கொடுத்து பொண்ணைத் தலையில கட்டறான்னு நினைக்கிறியாப்பா? என்றார் அப்பா.

"சேச்சே...! என்ன மாமா? நான் ராஜேஸ்வரியை ரொம்ப விரும்பறேன். அதுக்கும் இஷ்டமிருந்து உங்களுக்கும் விருப்பமிருந்தா..?"

அந்த நேரம் பார்த்து அக்கா பால் டம்ளர்களை எடுத்துக்கொண்டு மேலே வந்தது. நான் ஒரு டம்ளரையும் மாமா ஒரு டம்ளரையும் வாங்கிக்கொண்டோம்.

அப்பா அக்காவிடம் "என்னம்மா ராஜி, உன் மாமன் உன்னைக் கல்யாணம் பண்ணிக்கிறேங்கிறான். உனக்கு இஷ்டம் தானே? அவன் கேக்கிறான் சொல்லு?" என்றார்.

“போப்பா...!” என்றது அக்கா. அப்பப்பா! அது முகம்தான் என்ன அழகு! இந்தப் பெண்களுக்கே அழகு, அவ்வப்போது வந்து போகிற சமாசாரம் என்று இப்போது தோன்றுகிறது.

அப்பா வழக்கத்துக்கு மாறாகச் சிரித்தார். ரொம்ப கடகடத்த சிரிப்பு. அப்பா அப்படிச் சிரித்து நான் பார்க்க நேர்ந்ததில்லை. திடீரென்று என் முன்னால், தான் ரொம்ப வித்தியாசமாகி விட்டாற் போல் உணர்ந்த அப்பா, திரும்பவும் பழைய அப்பாவாக ஆகி “என்னடா, உனக்கு இங்க என்ன வேலை? போய்ப்படு” என்றார்.

சே! இந்தப் பெரியவங்களே மோசம் என்று நான் இறங்கி வந்து விட்டேன்.

மாமா அப்புறம் மூன்று நாள்தான் இருந்தது. கல்யாண வேலை இருக்கிறதென்று புறப்பட்டு விட்டது.

மத்தியானம் சாப்பாடு ஆனவுடன் மாமா கிளம்பியது. அக்கா என்னை கூப்பிட்டுக்கொண்டு கிணற்றடிக்குப் போயிற்று. “எதுக்காக?” என்றபடி நானும் போனேன். சுற்று முற்றும் பார்த்தபடி ஒரு கைக்குட்டையை என்னிடம் கொடுத்து “இத மாமாவிடம் கொண்டு போய்க் குடு” என்றது. ஒரு சின்னக் கைக்குட்டை. பெண்கள் உபயோகிப்பது, வழவழவென்று ‘கமகம’என்று வாசனையுடன் இருந்தது. பிரித்துப் பார்த்தேன். ‘கே. ஆர்’ என்று இங்கிலீஷ் எழுத்தில் தையல் வேலைப்பாடு செய்திருந்தது. இரண்டு பச்சை இலைகள், ஒரு ரோஜாவுக்குள் அந்த இரண்டு எழுத்துக்கள்.

“இத நீயே மாமாகிட்டே ஏன் கொடுக்கக்கூடாது?” என்றேன்.

“ஐயோ... போடா!” என்றது அக்கா. போனாப் போகிறது என்று நான் அந்தக் கைக்குட்டையை எடுத்துப் போய் மாமாவிடம் கொடுத்தேன்.

மாமா கிளம்பி ரெடியாய் நின்றது.

“என்ன?” என்றது.

“அக்கா குடுத்துச்சு” என்றேன்.

வாங்கிப் பிரித்துப் பார்த்தது. ஓர் இளஞ்சிவப்பு அதன் முகத்தில்.

“ரொம்ப தாங்க்ஸ்னு சொல்லு...!” என்றது.

சூட்கேஸை எடுத்துக்கொண்டு தெருவுக்கு வந்தது மாமா. "பத்திரம் பத்திரம்" என்றாள் அம்மா. "போய்க் கடிதம் போடு" என்றார் அப்பா.

மாமா தெருவில் இருந்து ஜன்னலைப் பார்த்தது.

அக்கா கம்பிகளைப் பிடித்துக்கொண்டு நின்றிருந்தது.

பஸ் ஸ்டாண்டுக்கு நான் போனேன். மாமா எனக்கு ஐந்து ரூபாய் கொடுத்தது. நாலு முறை பூரி கிழங்கு சாப்பிடுவேன்" திரும்பி வந்து அக்காவைத் தேடிப் போனேன். அக்காக் கிணற்றடியில் துணி தோய்க்கும் கல்லில் உட்கார்ந்திருந்தது.

"மாமா போயிட்டுதுக்கா" என்றேன்.

கைகளால் முகத்தை மூடிக்கொண்டு அழுதது அக்கா. எனக்கும் அழவேண்டும் போலிருந்தது.

1986

யாரும் படிக்காத கடிதம்

மதிப்பிற்கும் மரியாதைக்கும் உரிய நண்பர் ராசிபுரம் ராமு அவர்களுக்கு, தங்கள் இளமைக்கால நண்பன் எஸ். நடராஜன் எழுதிக்கொண்டது.

என்னைத் தங்களுக்கு நினைவிருக்கக் கூடும் என்றே நம்புகிறேன். மறந்திருக்க மாட்டீர்கள் என்றும் நம்புகிறேன். தினமும் நூற்றுக்கணக்கான மக்களோடு பழகி, அவர்களின் குறைகளைக் கேட்டு, முடிந்த உதவிகளை அலுக்காமல் செய்கிற தங்களைப் போன்ற பிரமுகருக்கு என்னையும் ஞாபகத்தில் வைத்திருக்கச் சாத்தியமுண்டா என்றே அஞ்சுகிறேன். ஆனாலும், எனக்குள் ஒரு நம்பிக்கை, ஓர் அகல் விளக்கின் கையகல வெளிச்சம் மாதிரி, ஒரு சந்தோஷம் சமீபத்தில் வழுதாவூரில் நீங்கள் பேசிய ஒரு கூட்டத்தை நான் கேட்க நேர்ந்தது. எதிர்க்கட்சிப் பிரமுகர் ஒருவரைக் குறிப்பிட்டு, "உன் கடந்த கால வாழ்க்கையை நினைத்துப்பார். நீ நேற்று எங்கு இருந்தாய், எப்படி இருந்தாய், எவ்வாறு வாழ்ந்தாய் என்பதை மறந்து விடாதே..." என்றெல்லாம் எச்சரிக்கைச் செய்து அற்புதமாகப் பேசினீர்கள். இதன் மூலம், கடந்த கால வாழ்க்கையைத் தாங்கள் மறப்பவர் அல்லர் என்ற எண்ணம் எனக்கு உறுதிப்பட்டது. அதன் விளைவாகவே இக்கடிதம்.

இருபது வருஷத்துக்கு முந்தைய கதையைத் தங்களுக்கு நான் நினைவுபடுத்த வேண்டியுள்ளது. மன்னிக்க வேண்டும். தங்கள் தந்தையார் செஞ்சிக்குப் பக்கத்தில் ஏதோ வியாபாரம் செய்து நொடித்துப் போய், 'கெட்டும் பட்டணம் சேர்' என்ற பழமொழிக்கேற்ப நம் ஊருக்கு வந்தாராம்,

மனைவி நான்கு குழந்தைகள் சகிதம், பெட்டி, படுக்கை, பாத்திரங்கள் சகிதம். பஸ் ஸ்டாண்டில் நின்று எங்கு போவது என்று யோசித்துக்கொண்டிருந்த தங்கள் தந்தையாரை அதிர்ஷ்டவசமாக என் அப்பா சந்திக்க நேர்ந்ததாம். தங்கள் குடும்பத்தின் நிர்க்கதியான நிலையை உணர்ந்த என் அப்பா, தன்னுடனேயே எல்லோரையும் அழைத்து வந்து, எங்கள் வீட்டுப் பக்கத்திலேயே உள்ள காடி கானா பகுதயில் தங்க வைத்தாராம். தங்கள் தந்தையாருக்கு என் அப்பா சிபாரிசின் பேரில், எங்கோ வேலை கிடைத்ததாம். அதுமட்டுமல்லாமல், அடுத்த மாதச் சம்பளம் வரும்வரை அரிசி பருப்பு முதலியவையும் கொடுத்து, தங்கள் குடும்பம் அங்கு தங்கி இருக்கும் வரை வாடகையே பெற்றுக் கொள்ளாமலும் இருந்தாராம் என் அப்பா.

நண்பரே! இதையெல்லாம் இங்குச் சொல்வதற்கு நான் மிகவும் வருந்துகிறேன். செய்த உதவிகளைச் சொல்லிக் காட்டுவது என்பது மனித இழிகுணங்களிலேயே கடைசிக் கழிசடைத்தனம் என்பதை நான் அறிவேன். எனினும் இதை இங்குச் சொல்லக் காரணம், இது மாதிரி உதவி கோரி வரும் கடிதங்களைத் தாங்கள் படிப்பதில்லை எனவும், இவ்வகைக் கடிதங்களுக்குத் தங்கள் பெயரில் தங்கள் செயலாளரே, படித்து ‘கவனிக்கப்படும் ஆவன செய்யப்படும் உரிய நபரின் கவனத்துக்கு அனுப்பப்படுகிறது’ என்றும் எழுதி அனுப்பி விடுவதாகவும் கேள்விப்பட்டேன். என் முந்தைய கடிதத்துக்கும் தங்கள் செயலாளரே கையெழுத்திட்டுக் கடிதம் எழுதி இருந்தார். அவருக்கும்கூட, எனக்கும் தங்களுக்கும் இடையே உள்ள நட்பு, அதன் நெருக்கம் தெரிய வேண்டும் என்றுதான் இவற்றையெல்லாம் நான் எழுத நேர்ந்தது.

அப்பொழுது தங்களுக்கு அதிகம் போனால் எட்டு அல்லது ஒன்பது வயதிருக்கும். எனக்கும் அதே வயதுதான். தங்களையும் தங்கள் தம்பிகள் இருவரையும் என் அப்பாதான் நான் படித்து வந்த பள்ளிக்கூடத்திலேயே சேர்த்தார். பள்ளிக்கூடத்தில் சேர்ந்த முதல் நாள் நிகழ்ச்சி, தங்களுக்கு நினைவிருக்கும் என்றே நம்புகிறேன். அப்போது நீங்கள் சடை வைத்திருந்தீர்கள். பள்ளிக்கூடத்துக்குப் புறப்படுமுன், உங்கள் அம்மா உங்களுக்குத் தலைவாரி, சடை பின்னிவிடும்போதுதான், நான் புஸ்தகப் பையைத் தூக்கிக்கொண்டு உங்கள் வீட்டுக்கு வந்தேன். எலி வால் போல் நீண்டு, முனையில் ரிப்பன் வைத்துக் கட்டப்பட்ட தங்கள் சடையைப் பார்த்து நான் திடுக்கிட்டுப் போய் விட்டேன். பள்ளிக்கூடத்தில் பையன்களின் மத்தியில் நீங்கள் என்ன பாடு படப் போகிறீர்கள் என்பதை நினைத்து எனக்கு வயிறு என்னமோ

செய்தது. இருவருமே ஒன்றாகப் புறப்பட்டுப் பள்ளி சேர்ந்தோம். வாயிலை மிதித்ததுமே எனக்கு சொரேல் என்றது. பையன்கள் உங்களை உற்றுப் பார்த்துக்கொண்டும், தங்களுக்குள் என்னவோ பேசியவாறும் இருப்பதை உணர்ந்து உங்களை விட்டு இரண்டடி தள்ளி, நீங்கள் எனக்குச் சம்பந்தம் இல்லாதவர் போல் நடந்தேன். நமக்குப் பின் ஒரு கூட்டம் 'எலிவால்', 'நாய் வால்' என்று அமுங்கிய சப்தம். நீங்கள் மிரண்டு போனீர்கள். ஒரு துடுக்குப் பையன் உங்கள் ரிப்பனை இழுத்து விட்டான். அது அவிழ்ந்து தொங்கியது. எனக்கு ஓட வேண்டும்போல இருந்தது. நீங்கள் அழத் தயாரானீர்கள். ஒருவன் நிமிஷத்துக்குள் நோட்டிலிருந்து ஒரு பேப்பரைக் கிழித்து ஏரோப்ளேன் செய்து உங்களைப் பார்த்து விட்டான். அது உங்கள் கழுத்துக்கு மேல் சடையில் புதைந்து நின்றது. நீங்கள் உங்கள் பதற்றத்தில் அதைக் கவனிக்கவில்லை. நான் ஓரக் கண்ணால் அதைக் கவனித்தேன். 'யார் யாரோ தலையிலே ஆட்டுக் குட்டி மேயுது, போறவங்க வர்றவங்க சொல்லாதீங்க' என்று ஒருவன் பாடினான். ஊர்வலமாக உங்களை அழைத்துப் போய் உங்கள் வகுப்பில் உங்களை உட்கார வைத்து விட்டு, நான் ஓடிப் போய்விட்டேன். வகுப்பின் ஜன்னல் கம்பிகளின் வழியாக, ஒரு பெருங்கூட்டம் உங்களை வேடிக்கை பார்த்துக்கொண்டிருந்தது. மறுநாளே நீங்கள் கிராப் வெட்டிக்கொண்டீர்கள்.

மாலை வேளைகளில் நாம் பெரும்பாலும் ரயில்வே ஸ்டேஷன் மைதானத்தில்தான் இருப்போம். எங்கு நோக்கினும் எருக்கம்புதர்கள் வளர்ந்து கிடக்கும். எருக்கம் பூக்களை அமுக்கி அது 'டப்'பென்று வெடிக்கும் சத்தம் கேட்டு மகிழ்வோம். மைதானத்துச் சுற்றுப்புற மதிலை ஒட்டி, குறவர்கள் குடிசைப் போட்டிருப்பார்கள்.

மைதானத்தின் குறுக்காக வெட்டிப் போகும் தண்டவாளத் துக்கு அப்பால் குட்டையில் இறங்கி மீன்குஞ்சுகள் பிடிப்போம். குளத்தை மூடி கொடியும், இலையும் ஊதாப் பூக்களும் நிறைந்து கிடக்கும். முட்டி ஆழத்தில் நின்றுகொண்டு, தண்ணீரைக் கரையில் அடிப்பதன் மூலம், ஓரம் ஒதுங்கும் மீன் குஞ்சுகள் மண்ணில் வந்து விழும். அவற்றைப் பிடித்து ஓட்டை பல்பில் போட்டுக் கொள்வோம். நூலில் கட்டி வீட்டில் தொங்க விடுவோம். சோடாத் தக்கையைத் தண்டவாளத்தின்மீது வைத்து விட்டு ஆறுமணி விழுப்புரம் ரயிலுக்குக் காத்திருப்போம். அந்த ரயில் கறுப்புத் தலையோடு நாக்கைத் தொங்கப் போட்டுக்கொண்டு, மாடு மாதிரி ஓடிக் கடக்கும். சோடாத் தக்கை மிதிபட்டுத்

தட்டையாகி இருக்கும். பொத்தல் போட்டு நூலிழுத்துச் சுற்றி விளையாடுவோம். இப்போது குளம் இல்லை. அது தூர்க்கப்பட்டு, மத்திய அரசின் கிடங்கு ஒன்று அந்த இடத்தில் எழும்பி விட்டது. ஒருவரும் மீன் குஞ்சுகளைப் பிடிக்க முடியாது. அவை ஏற்கெனவே செத்துப் போய் விட்டன.

நம் வீட்டிற்கு வலப்புறத்தில் மங்கையர்க்கரசி என்கிற பெண் இருந்தாள் அல்லவா? நீங்கள், நான், அவள் மூன்று பேரும்தானே ஒரு கோஷ்டி. அவள் வீட்டு வாசல் படியின் இரண்டு புறமும் திண்ணைச் சாய்மானம் கட்டப்பட்டிருக்கும். இரண்டு குதிரைகள் நிற்பது போல் இருக்கும். ஒன்றில் நானும், மற்றொன்றில் நீங்களும் அமர்ந்துகொண்டு, 'கரிகாலன் விளையாட்டு' விளையாடுவோம். ஞாபகமிருக்கிறதா? பெல்ட் மாட்டும் கால் சட்டைப் பட்டியில், சவுக்குக் குச்சியைச் செருகிக்கொண்டு (நமக்கு அது கத்தி அல்லவா?) குதிரை மேல் உட்கார்ந்திருக்கும் பாவனையில, 'கரிகாலா! எடுத்துக் கொள் உன் வாளை! தடுத்துக் கொள் உன் சாவை!' என்று கூறிக்கொண்டே வாளை உருவுவீர்கள் நீங்கள். 'கரிகாலன் சொல்ல மாட்டான்! சொன்னால் செய்யாமல் விடமாட்டான்!' என்று நான் வசனம் பேசியபடி என் கத்தியை உருவுவேன். இருவருமே குதிரை மேல் உட்கார்ந்தபடி, சண்டை போடுவோம். நீங்கள் 'வீரப்பா' மாதிரி அபாரமாகச் சிரிப்பீர்கள். ஒருமுறை உங்கள் கத்தி இசகுபிசகாக என் வலது கண் ஓரம், காதுக் கருகில் குத்தி, இரத்தம் கொட்டத் தொடங்கியது. இந்த மங்கை ஓடிப் போய் வீட்டில் வத்தி வைக்கவே, உங்கள் அம்மாவும், எங்கள் அம்மாவும் ஓடி வந்தார்கள். ரொம்பச் சின்னக்காயம். இரத்தம் வந்தது வாஸ்தவம்தான். என் அம்மாவுக்குத் தாங்கவில்லை. 'ஐயோ என் பிள்ளை' என்று அலற, உங்கள் அம்மா உங்களைப் பிடித்து ரெண்டு சாத்துச் சாத்தினாள். ஆட்டத்தில் ஆயிரம் குண்டு உடையும். விளையாட்டில் இது சகஜம்தான். இந்தப் பெரியவர்கள் இதையெல்லாம் பெரிசாக நினைக்கிறார்கள் பாருங்கள்!

இந்த மங்கையை இப்போது பார்க்க வேண்டுமே. அந்தக் காலத்தில் எவ்வளவு ஒல்லியாக, ரெண்டு சடை போட்டுக்கொண்டு லட்சணமாக, ஒரு கன்றுக்குட்டி மாதிரி துள்ளித் திரிவாளே! இப்போது பார்க்க வேண்டும் அவளை. நான் போன வாரம் பார்க்க நேர்ந்தது. ரேஷன் கடையில் நின்றுகொண்டிருந்தாள். குப்பைக் காகித மூட்டை மாதிரி உடம்பு. எப்பவும் 'முழுகாமல்' இருப்பவள் மாதிரி வயிறு, 'என்ன நடராஜா சௌக்கியமா' என்றாள். அப்புறம் 'உன் சினேகிதன்

பிரபஞ்சன் | 121

ராமு பெரிய தலைவனாயிட்டானாமே' என்றாள் மக்கு. நாலு பிள்ளைப் பெற்றுக்கொண்டாள். ஒரு முறை குதிரையில் வீற்றிருந்த உங்களை இறங்கச் சொல்லி அவள் அடம்பிடிக்க, அதனால் நீங்கள் அவளை 'மங்கை மங்கீ... மங்கீ...' என்று திட்ட, அவள் ஓங்கித் தன் பலம்கொண்ட மட்டும் குட்டு வைக்க, நீங்கள் தலையைப் பிடித்துக்கொண்டு பல நிமிஷங்கள் உட்கார்ந்து விட்டீர்கள். கரிகாலன் விளையாட்டில் அவளை ராணியாகச் சேர்த்துக்கொண்டிருந்தும், கொஞ்சம்கூட நன்றி இல்லை, பாருங்கள் அவளுக்கு. அப்புறம் இரண்டு நாட்கள் அவளோடு நீங்கள், உங்களுக்காக நான், 'காய்' விட்டிருந்தோம். அப்புறம் அவளே வந்து நம்மிடம் 'பழம்' விட்டாள் வெட்கமில்லாமல். இந்தப் பெண்களே விசித்திரமானவர்கள். விளையாடிக்கொண்டே இருப்பார்கள். திடீரென்று கல்யாணம் பண்ணிக் கொள்வார்கள். திடீரென்று ஒரு குழந்தையை இடுப்பில் உட்கார வைத்துக் கொள்வார்கள். நம்மைப் பார்த்து 'என்னடா... ஒழுங்கா படிக்கிறியா... உம்' என்பார்கள்.

நாம் இருவரும் ஒரே வீட்டில், ஒரே கூரையின் கீழ் நாலைந்து வருஷங்கள் சேர்ந்து இருந்தோம். என் அம்மா சோறு போட, பெரும்பாலும் எங்கள் வீட்டிலேயேதான் சேர்ந்து நாம் இருவரும் சாப்பிட்டிருக்கிறோம். எங்கள் வீட்டை விட்டு, கீரைக்கடைச் சந்தில் சற்றுக் கூடுதலான வசதிகள் உள்ளதென்று, வேறொரு வீட்டிற்கு உங்கள் குடும்பம் குடி போன பிறகுதான், நண்பரே, இப்போது நான் நினைக்கிறேன், நம் இருவர் பிரிவும் தற்காலிகமானதல்ல, நிரந்தரமானதென்பதும், நாம் இருவரும் வெவ்வேறு வாழ்க்கையைத் தேர்தெடுத்துக்கொண்டு விட்டோம் என்பதும். இது தவிர்க்க முடியாததும்கூட. ஆயுள் முழுக்கச் சேர்ந்தே வாழ்ந்தாலும், கணவனும் மனைவியும் சேர்ந்தா வாழ்கிறார்கள். நட்புகூட அது மாதிரிதான் போலும்.

நான் பள்ளி இறுதி வகுப்பு வரும்போது, சில நண்பர்களைச் சேர்த்துக்கொண்டு, திரு. வி. க. படிப்பகம் தொடங்கினேன். அதே சமயத்தில்தான் தாங்கள் அந்தப் பெரிய நடிகருக்கு ரசிகர் மன்றம் தொடங்கினீர்கள். எங்கள் படிப்பகம் ஓரளவு நன்றாக நடைபெறும் தருணத்தில், தாங்கள் ரசிகர் மன்றம் தொடங்கியதன் காரணமாக, எங்கள் படிப்பகத்தில் உள்ள அத்தனை பேருமே தங்கள் ரசிகர் மன்றத்தில் சேர்ந்து விட்டார்கள். நான் ஒருவன் மட்டும் படிப்பகத்தின் புத்தகங்களை வாசிப்பவனாக ஆக்கப்பட்டேன். எப்போதாவது காலை நேரங்களில் காலைப் பேப்பர் படிக்க வரும் இரண்டு கிழங்களைத் தவிர.

அதற்குப் பிறகு நாம் சந்தித்து எப்போது? சீனப் போர் நடைபெற்றபோது படிப்பகத்தின் சார்பில், வீதி வீதியாக நிதி வசூலித்துக்கொண்டு வந்தபோது தாங்களைச் சந்திக்க நேர்ந்தது. தங்கள் வீட்டுக்கு முன்னால் கம்பம் நட்டு கொடி ஏற்றி வைப்பதற்காகத் தலைவரை எதிர்பார்த்துக்கொண்டிருந்தீர்கள். உங்களைச் சுற்றிக் கும்பல். முழுக்கை வெள்ளைச் சட்டையும், வேஷ்டியும் அணிந்திருந்தீர்கள். தோளில் துண்டுகூட இருந்ததாக ஞாபகம். ஒரு வளர்ந்த ஆளைப்போல நீங்கள் காட்சியளித்தீர்கள். நம்மில் முதல் வேஷ்டி அணிந்தவர் நீங்களே. என்னை நலம் விசாரித்தீர்கள். சகோதரிக்கு நல்ல இடத்தில் மாப்பிள்ளைப் பார்த்துக்கொண்டிருப்பதாகக் கூறினீர்கள். உங்கள் அம்மாகூட என்னை 'வாப்பா' நடராஜா, வந்து காப்பி சாப்பிடுட்டுப்போ..." என்றார்கள். உங்கள் சகோதரி தூணில் அரை முகத்தை மறைத்தபடி "வாங்கண்ணே" என்றது.

நான் பள்ளி இறுதி தேர்வு எழுதித் தேறி, மேலே கல்லூரியில் சேர்ந்து விட்டேன். நீங்கள் இறுதித் தேர்வு எழுதவேயில்லை. உங்களுக்கும் எனக்கும் உள்ள அடிப்படை வித்தியாசமே, அந்த வயதிலேயே உங்களுக்கு உங்கள் லட்சியம் பிடிபட்டு விட்டதுதான். நடந்து சென்ற பாதை உங்களை எங்கு சேர்க்கும் என்பதை நீங்கள் அறிந்திருந்தீர்கள். அதற்கான உடை, நடை, பழக்க வழக்கங்கள் ஆகிய அனைத்தையும் திட்டமிட்டு உருவாக்கிக்கொண்டிருந்தீர்கள். ஆகவே வெற்றி பெற்றீர்கள். நானோ தயங்கித் தயங்கி நடந்து, தப்போ என்று பயந்து, புறப்பட்ட இடத்துக்கே மீண்டும் வந்து நின்றுகொண்டிருக்கிறேன். இன்னும் நடக்கவே தொடங்கவில்லை. நீங்கள் 'மரம்' என்றதும் அதை வெட்டி, அதனால் ஆகப் போகும் மேஜை, நாற்காலி, வீட்டுக்கு விறகு என்று தொடர்ந்து செயல்பட்டீர்கள். நான் மரம் என்றதும் அதன் அழகு, குளுமை, பச்சை உயிர் என்று யோசனையிலேயே நின்று விட்டேன். சமூகம் மேஜை நாற்காலிகளையே விரும்பி நகர்கிறது. கனவுகளை அல்ல. இதைத் தெரிந்து கொள்ள 28 ஆண்டுகள் ஆயிற்று எனக்கு.

கடைசியாக நாம் சந்தித்துக்கொண்டது நான்கு வருஷங்களுக்கு முன் அல்லவா? இந்தச் சந்திப்பை நிச்சயம் தங்களால் மறக்க முடியாதென்றே நினைக்கிறேன். கான்டினென்ட் ஓட்டலுக்கு எதிரில் கடற்கரைக் கட்டைச் சுவரில் நான் உட்கார்ந்திருந்தேன். அலை, கடலின் ஆதிக்கத்தினின்றும் தப்பித்துக்கொண்டு வெளியே வர முயன்றுகொண்டிருந்தது. கடல் அதன் கால்களைப் பிடித்து இழுத்துத் தன்னிடமே சேர்த்துக்கொண்டிருந்தது. மனிதனைப் போலவே, அலைகளாலும் தப்பித்துப் போதல் என்பது நடவாத

சங்கதியாக இருக்கும். துர்ப்பாக்கியத்தை நினைத்து வருந்தியாவாறு நான் இருந்த நேரத்தில்தான் ஸ்கூட்டரை என் முன் கொண்டு வந்து நிறுத்தினீர்கள் நீங்கள்.

வண்டி புத்தம் புதுசு. எட்டாயிரம் ரூபாய் ஆகிறது என்றீர்கள். நீங்கள் எப்போதும் வெள்ளைச் சட்டைதான் அணிவீர்கள் என்பதை நான் அறிவேன். இவ்வளவு வெள்ளையாகச் சட்டை போட, சிலரால்தான் முடியும் போலும். தங்கள் எடை மிகவும் பாந்தமாக இருந்தது. தங்களைக் கண்டதும் நான் எழுந்து நின்றுகொண்டேன். தாங்கள் உட்காரச் சொன்னீர்கள். மட்டுமல்லாமல், என் பக்கத்தில் வந்து உட்காரவும் செய்தீர்கள். வீட்டார் நலத்தையெல்லாம் குறித்து விசாரித்தீர்கள். பிறகு "வா போகலாம்" என்று சொல்லி, வண்டியின் பின்னால் என்னை ஏற்றிக்கொண்டு 'பாரு'க்குப் போனீர்கள். போகும் வழியில் நின்றுகொண்டிருந்த போலீஸ்காரர்கள், உங்களுக்குச் சல்யூட் அடித்தார்கள். மிக உயர்ந்த பானமும், முந்திரிப்பருப்பும், எலும்பு நீக்கிய கோழி இறைச்சியும் அன்று நாம் சாப்பிட்டோம்.

நான் கல்லூரியில் பி. யு. சி. முடித்தபோது, தாங்கள் அந்த வட்டத்தின் தலைவராக மாறிவிட்டிருந்தீர்கள். நான் பி. ஏ. முடித்திருந்தபோது நீங்கள் நகரத்தின் முன்னணித் தலைவர்களில் ஒருவராக மாறிவிட்டிருந்தீர்கள். அத்தோடு நான் படிப்பை முடித்துக்கொண்டு வேலைக்கு முயற்சி செய்திருக்க வேண்டும். முட்டாள்தனமாக மேலும் படிக்கப் போனேன். படித்து முடிக்கையில் தாங்கள் தலைவர்களில் ஒருவராக மட்டுமல்லாமல் தங்களுக்கென்று ஆதரவாளர்கள், சிறு தலைவர்கள் எல்லாம் இருக்கும் மிகப் பெரும் மதிப்பிற்குரியவராக உயர்ந்து விட்டீர்கள். அந்த 'பாரில்' நாம் சந்தித்தபோது தாங்கள் தலைவராகவும், நான் இன்னும் வேலை தேடுபவனாகவும் இருந்தோம்.

"சிறு வயதில் கவிதை, கதை எல்லாம் எழுதுவாயே! இப்போதும் எழுதுகிறாயா?" என்று கேட்டீர்கள்.

"எழுதாமல் இருக்க முடியவில்லை" என்று நான் சொன்னேன்.

"பைத்தியக்காரத்தனம். இதெல்லாம் வெத்து வேலை" என்றீர்கள். உண்மைதான். இருபதாம் நூற்றாண்டின் இறுதியில் தேர் செய்யும் தச்சனாகி விட்டேன். அரிவாள்மணை, கத்திப்பிடி, முக்காலி செய்திருக்க வேண்டும்.

"என்னைக்கூட எழுதச் சொல்லிக் கேட்கிறான்கள், இந்தப் பத்திரிகை ஆசிரியர்கள். எனக்குத்தான் நேரம் இல்லை" என்று அலுத்துக்கொண்டீர்கள். "தங்களால் நன்றாகவே எழுத முடியும்"

என்று நான் சொன்னேன். மேடையில் அற்புதமாகப் பேசும் உங்களால் எழுத முடியாதா என்ன? அப்போது நான் சமீபத்தில் பத்திரிகையில் நீங்கள் பேசியதாகப் போடப்பட்டிருந்த வரியை எடுத்துச் சொன்னேன். 'யாதும் ஊரே யாவரும் கேளிர்' என்று வள்ளுவர் கூறியதாக நீங்கள் பேசியதாக அதில் போட்டிருந்ததைச் சொல்லி, அது வேற ஓர் ஆள், சங்க காலத்துப் புலவர் என்று சொன்னேன். தங்களுக்கு எரிச்சல் வந்து விட்டது. "சொன்னவன் யாரானால் என்ன? விஷயம் தானே முக்கியம்?" என்று நீங்கள் கேட்டீர்கள். சத்தியமான வார்த்தை பாருங்கள்! இது தெரியாமல் போய் விட்டது எனக்கு. "அது அவன் சொன்னது, இது இவன் சொன்னது என்று என்னத்துக்காகப் பிரித்துப் பார்க்கிறது? அதிகம் படித்ததால் வந்த ஆபத்து" என்றீர்கள். அதுவும் உண்மைதானே.

பாட்டிலில் பாதிக்கு மேல் சாப்பிட்டிருந்தீர்கள். இடையில் பீர் வேறு சாப்பிட்டீர்கள். பேசிக்கொண்டிருக்கும் போதே திடீரென்று சிகரெட்டால் சட்டையின் கைப்பகுதியில் சுட்டுக்கொண்டீர்கள். இரண்டு முறை அப்படிச் செய்தீர்கள். சிகரெட்டின் நெருப்பு வெள்ளைத் துணியைக் கருக்கி, பிறகு வட்டமாய் எரிந்து பொத்தல் விழுந்தது. நான் பதறிப் போய், "ஏன்... ஏன்... இவ்வாறு செய்கிறீர்கள்" என்று கேட்டேன். எனக்கு என்னவோ போல் ஆகி விட்டது. "நான் படிக்காதவன் என்றுதானே நீ நினைக்கிறாய்...!" என்று கேட்டீர்கள். சத்தியமாய் அப்படி நான் நினைக்கவேயில்லை என்று நான் சொன்னேன்.

நான், பொத்தல் விழுந்து போன தங்கள் அதி வெள்ளைச் சட்டையையே பார்த்துக்கொண்டிருந்தேன். ஏறக்குறைய நூற்று ஐம்பது ரூபாய் பெறுமானமுள்ள சட்டை வீணாகி விட்டதே என்கிற கவலையில் நான் இருந்தேன். தாங்கள் உள்ளார்ந்த மௌனத்தில் இருந்தீர்கள். அப்போது, "என்னை என்னவென்று நினைத்துக்கொண்டிருக்கிறீர்கள்? ரசிகர்கள் சக்தி என்னவென்று நான் நிரூபிக்கப் போகிறேன்..." என்று சொல்லிக்கொண்டிருந்தீர்கள். வெயிட்டரைக் கூப்பிட்டு, 'மூன்று எக்ஸ் ரம்' கொண்டு வரச் சொன்னீர்கள். 'வேண்டாமே... இது போதுமே...' என்றேன் நான். சின்னப் பையன்... உனக்கொன்னும் தெரியாது..." என்று உரிமையுடன் கண்டித்தீர்கள். கால் பாட்டில் ரம்மையும் நீங்களே கொஞ்சம் கொஞ்சமாகப் பருகி முடித்தீர்கள்.

என்னை மிகவும் மன்னிக்க வேண்டும். அடுத்து நீங்கள் செய்ததற்கும் எனக்கு அர்த்தம் விளங்கவில்லை. திடுமென மேசைக்குக் கீழே, தரையில் உட்கார்ந்துகொண்டீர்கள்.

தீக்குச்சிகள் துணுக்கு, எரிந்த சிகரெட்டுகள், சாம்பல், அழுக்கு எது பற்றியும் நீங்கள் கவலைப்படவில்லை. எனக்கு மிகவும் சங்கடமாகிவிட்டது. "அடடே மேல வாங்க... மேல வாங்க... நீங்க அங்கெல்லாம் உட்காரக்கூடாது" என்று மன்றாடினேன். நீங்கள் கேட்பதாய் இல்லை. எனவே நானும் கீழே தங்களுக்கு எதிரே தரையில் உட்கார்ந்துகொண்டேன். யாராவது பார்த்தால் என்ன நினைப்பார்கள் என்றிருந்தது எனக்கு.

அன்பார்ந்த நண்பரே... எனக்கு உதவுங்கள். நேரில் அன்று தாங்கள் வாக்களித்தபடி, தலைநகரில் ஏதாவது ஒரு வேலை வாங்கித் தாருங்கள். அப்பா முன்போல் இல்லை. முடங்கிப் போய் விட்டார். அக்காள் நிலைதான் உங்களுக்குத் தெரியும். குடிகாரப் புருஷன், அர்த்தமில்லாத வாழ்வு. ஒரேயடியாகக் குழந்தைகளோடு வீட்டுக்கே வந்து விட்டாள். கடைசித் தங்கைக்குக் கல்யாணம் செய்து வைக்க வேண்டும். குடும்பத்தைத் தாங்கும் பொறுப்பு எனக்கு வந்து விட்டது. ஏதாவது ஒரு வேலை வாங்கிக் கொடுத்தால், நாங்கள் பிழைத்துப் போவோம்.

என் தகுதி, பிறந்த தேதி முதலான விவரங்களையும் மனுப் போட்டிருக்கும் நிறுவனங்களின் முகவரிகளையும் இத்துடன் இணைத்துள்ளேன். தாங்கள் மனம் வைத்தால் அரை மணியில் எனக்கு விடிந்து விடும். நேரில் எனக்கு வாக்குறுதி கொடுத்ததை நிறைவேற்றுவீர்கள் என்று நம்புகிறேன்.

அன்பார்ந்த செயலாளரே, தாங்கள் இதைப் படிக்க நேர்ந்தால் தலைவருக்கும், எனக்கும் எவ்வளவு நெருக்கம் என்பதை அறியலாம். வழக்கம்போல, தாங்களே, 'கவனிக்கப்படும்' என்று எழுதி விடாமல் தலைவருக்கு இக்கடிதத்தைக் கொடுக்கவும்.

என் கடைசி நம்பிக்கை தாங்கள்தாம். தங்கள் பதிலை எதிர் நோக்கிக் காத்திருக்கும், தங்கள் இளமைக்கால நண்பன், எஸ். நடராஜன்.

1986

வரிசை

காலை வெயில் சுள்ளென்று ஊசி குத்தியது. லெச்சுமி ரொம்ப சீக்கிரமாகவேதான் கிளம்பி வந்திருந்தாள். இருந்தும் அவளுக்கு முன் அம்பது அறுபது பொம்பளைகள் நின்றுகொண்டிருந்தார்கள்.

சுவரை ஒட்டிக் கியூ வரிசை நின்றது. அங்குதான் நிழல் ஓர் அடி அகலத்துக்கு நீண்டிருந்தது. குழந்தைக்கு வெயில் படமால் இருக்க துணியால் தலையை மறைத்துத் தோளில் போட்டுக்கொண்டிருந்தாள். பச்சைப் புள்ளையைத் தூக்கிக்கொண்டு சினிமாவுக்கு, இந்த வெயிலில் வந்து நின்றுகொண்டிருப்பதை அந்த 'ஆள்' பார்த்தால் கொன்றே போடும் என்கிற பயம் வந்து, சுற்றும் முற்றும் தெரிந்தவர் யாராவது தென்படுகிறார்களா என்று பார்த்துக்கொண்டாள். நல்லவேளை, புருஷனுக்குத் தெரிந்தவர்கள் யாரும் இல்லை.

இந்தப் படத்தை பார்க்காதவர்கள் தெருவில் யாரும் இல்லை. நேற்றுப் பிறந்ததிலிருந்து கிழங்கட்டை வரை எல்லாருமே பார்த்து விட்டிருந்தார்கள். கதை கதையாகச் சொல்லிக்கொண்டிருந்தார்கள்.

லெச்சுமி இந்நேரம் இதைப் பார்க்காமல் விட்டு வைத்திருப்பாளா? பிள்ளை பெற்றுக்கொண்டு வருவதற்காக அம்மா வீட்டுக்குப் போயிருந்தாள். ஏழாம் மாசம் போனவள் அப்போது அந்தப் படம் வெளியாகி விட்டிருந்தது. அம்மா ஊரில்கூட அதைப் பார்க்காமல் இருந்த ஜென்மங்கள் யாரும் இல்லை. ஆனால் பிள்ளையை வயிற்றில் வைத்துக்கொண்டு

பிரபஞ்சன்

சினிமா பார்க்கப் போக முடியுமா? நிறை மாசக்காரி, "பிள்ளையை பெத்துக்கொண்டு எங்கு வேணும்னாலும் போ" என்று அம்மாக்காரி சொல்லிவிட்டாள்.

ஒரு வழியாகப் பிள்ளை பெற்றுக்கொண்டு நேற்று முன் தினம்தான் ஊர் திரும்பி இருந்தாள். குழந்தையைப் பார்க்க வந்த ராமக்காள், செந்தாமரை, செங்கேணி, வெள்ளைமுத்து இன்னும் யார்தான் சொல்லவில்லை? அப்படிப் பேசிக்கொண்டார்கள். இன்றுதான் முடிந்தது. அந்த ஆள், "பக்கத்து ஊருக்குப் போய்விட்டு இருட்டுவதற்கு முன் வந்து விடுவேன்" என்று கூறி விட்டுப் போனதும், இதுதான் தக்க சமயம் என்று குழந்தையைத் தூக்கிக்கொண்டு கொட்டாய்க்கு வந்து விட்டாள்.

வெயில் கடுமையாக உறைத்தது. புடவையைத் தலையைச் சுற்றிப் போர்த்திக்கொண்டு நின்றாள். அதற்குள் வரிசை அனுமான் வால் மாதிரி நீண்டுகொண்டே போயிருந்தது. தெரு முக்கில் கடைசிப் பொம்பள நின்றிருந்தாள்.

குழந்தை வெயில் தாங்காமலோ, பசியாலோ சிணுங்கியது. நின்றவாறே ரவிக்கைப் பட்டனை அவிழ்த்துக் குழந்தைக்குப் பால் கொடுத்தாள். அவளுக்கு முன்னால் நின்றிருந்த வயசானவள் ஒருத்தி, திரும்பிப் பார்த்து, "பச்சைப் பிள்ளையைத் தூக்கிக்கிட்டு இந்த வெயில்ல வந்திருக்கியே..." என்றாள்.

லெச்சுமி பதில் சொல்லவில்லை. ஆனால், லெச்சுமிக்குப் பின்னால் நின்றிருந்த ஒருத்தி பதில் சொன்னாள். "இந்த வயசுல உனக்கு சினிமா கேக்குது. நீ யோக்யம் பேச வந்துட்டே..." என்றாள். "தே... மூடிக்கிட்டு உன் வேலையைப் பாரு..." என்றாள் வயசானவள்.

அப்போதைக்கு அந்த விஷயம் முடிந்தது. லெச்சுமி மேலே கட்டியிருந்த பேனரைப் பார்த்தாள். ஆடு ஒன்று நின்றிருந்தது. அதை அணைத்துக்கொண்டு ராமனும், ஸ்ரீலேகாவும் ஒருவரை ஒருவர் பார்த்தவாறு இருந்தார்கள். அவர்கள் இருவரையும் இந்த ஆடுதான் சேர்த்து வைக்கிறதாம். மனுஷன் செய்கிற எல்லா வேலையையும் இந்த ஆடு செய்வதாக மாரக்கா சொன்னாள்.

வரிசை இப்பொழுது தெரு முனையைத் தாண்டி விட்டிருந்தது. நிற்க முடியாதவர்கள் உட்கார்ந்து இருந்தார்கள். இளம்பெண்கள் நிற்க, வயசான பொம்பிளைகள் அப்படியே மண்ணில் உட்கார்ந்து சுருக்குப் பையை அவிழ்த்து வெற்றிலை

போட்டுக்கொண்டிருந்தார்கள். கடலை, பட்டாணி விற்கிற பையன்கள் இவர்களைச் சுற்றிச் சுற்றி வந்தார்கள்.

தாகம் தொண்டையை வறளச் செய்திருந்தது. சோடா விற்கிற பையன் பக்கத்தில் வந்தபோது குண்டு சோடா வாங்கிச் சாப்பிட்டாள் லெச்சுமி. இன்னும் நிறைய பொழுது இருந்தது. டிக்கெட் கொடுக்குமுன் 'வினாயகனே...' பாட்டு போடுவார்கள். இரவுகளில் ஊர் முழுதும் அந்தப் பாட்டுக் கேட்கும். அதையே குறிப்பு வைத்துக்கொண்டு சினிமாவுக்கு வருபவர்கள் புறப்படுவார்கள். இன்னும் அந்தப் பாட்டுப் போடவில்லை.

ஜனங்கள் லெச்சுமியை நெருங்கிக்கொண்டிருந்தார்கள். அவள் எழுந்து நின்றுகொண்டாள். குழந்தை வாடித் தளர்ந்து தூங்கிக்கொண்டிருந்தது. 'கண்ணு... கண்ணு...' என்று அழைத்து அதன் கன்னத்தை நிமிண்டினாள் லெச்சுமி. சிரமப்பட்டுக் கண்ணைத் திறந்து பார்த்து சிணுங்கியது குழந்தை. சூரிய வெளிச்சம் அதைச் சிரமப்படுத்தி இருக்கும். மீண்டும் கண்ணை மூடிக்கொண்டது.

வரிசையில் வெள்ளைப் புடவை கட்டிய ஒருத்தி புகுந்தாள். லெச்சுமிக்குப் பக்கத்தில் இருந்தவள், "அடி என் சக்களத்தி... யாருடி அவ வரிசையில் பூர்றது..." என்றாள். அந்த அம்மாள் திரும்பிப் பார்த்து, "யாரைப் பாத்துடி சக்காளத்திங்கறே? மூதேவி" என்றாள். வரிசை கொஞ்சம் சலசலப்புற்று, தன் ஒழுங்கைக் கலைத்து, இருவரையும் வேடிக்கை பார்க்கும் உத்தேசத்துடன் முன்னால் வந்தது.

"ஹா... மூதேவியா? நீ மூதேவி! உன் அம்மா, ஆத்தா உன் பரம்பரை! உன் மூதேவித் தனத்தை இங்கக் காட்டாதே..."

லெச்சுமிக்குப் பக்கத்திலிருந்தவள் பாய்ந்து அவளிடம் போனாள்.

அதற்குப் பின் கேட்க முடியாததும், சகிக்க முடியாததுமான வார்த்தைகளால் அவர்கள் கத்த, அவர்களைச் சுற்றி ஆண்களும், பெண்களுமான ஒரு கூட்டம் கூடியது. வரிசையில் இருந்த பலரும் அந்தக் கூட்டத்தோடு சேர்ந்துகொண்டார்கள்.

வாய்ச் சண்டை கொஞ்சம் நேரத்துக்குள், கைச் சண்டையாக மாறிவிட்டது. வெள்ளைப் புடவைக்காரியின் தலைமயிரைப் பிடித்து இழுத்துக்கொண்டிருந்தாள் மற்றவள். அவளுடைய

தலை மயிரைப் பிடித்து அந்த வெள்ளைப் புடவைக்காரியும் இழுத்துக்கொண்டிருந்தாள். இருவர் புடவையும் தோளில் இருந்து நழுவி, வெறும் ஜாக்கெட் தெரிய இழுத்துப் பற்றிக்கொண்டிருந்தார்கள். இளம் பெண்ணின் ஜாக்கெட்டின் முதுகுப்புறம் கிழிந்து உள்பாடி தெரிய இருந்தது. ஆண்கள் சுற்றி நின்றது இருவருக்குமே உறைக்கவில்லை.

இந்த நேரம் பார்த்து, இது போன்ற சச்சரவுகளைக் கவனிக்க என்றே சம்பளம் கொடுத்து அமர்த்தப்பட்ட கட்டையன் அங்கு தோன்றினான். பனியனும், மடித்துக் கட்டப்பட்ட கைலியும் மொட்டைத் தலையும், விசாலமான உடம்பும், கூட்டத்தை அயர வைத்துக் கொஞ்சம் பின்னடைய வைத்தது. வந்தவன் முதலில் இளம் பெண்ணைத் தோள், மார்பைப் பிடித்து இழுத்து கன்னத்தில் ஓங்கி அசுரத்தனமாக அறைந்தான். வெள்ளைப் புடவைக்காரியின் இடுப்பில் ஓர் உதை விழுந்தது.

அதே சமயம், ‘விநாயகனே!’ பாட்டு ஒலித்தது. டிக்கெட் கொடுக்கும் மணியும் அலறியது. கூட்டம் முண்டியடித்துக்கொண்டு கவுண்டரைச் சூழ்ந்தது. பல மணி நேரம் நிர்வகிக்கப்பட்டது வரிசையில் பாதி கலைந்து, கவுண்டருக்கு முன்னால் வட்டமாயிருந்தது.

சண்டை நடக்கும்போது, கவுண்டரை மிகவும் நெருங்கி விட்டிருந்த லெச்சுமியை இப்போது கூட்டம் நெருங்கித் தள்ளிக்கொண்டு சுவரை நோக்கிச் செலுத்தியது. லெச்சுமி அவள் பிரக்ஞை இல்லாமல், கூட்டத்தால் பின் தள்ளப்பட்டு சுவருக்கு மேல் சாய்க்கப்பட்டாள். “ஐயோ என் குழந்தை” என்ற அவள் அலறலை யாரும் கேட்டதாகத் தெரியவில்லை.

பெண்களின் உடம்புகள், முட்டிகள், கைகள் தலைகள் அவளை இடித்ததை அவள் உணர்ந்தாள். மூச்சு முட்டிக்கொண்டு வந்தது. உடம்பெல்லாம் வியர்வை வழிந்தது. திடீரென்று பத்துப் பனிரெண்டு பெண்கள் அவள் மேல் சரிந்தார்கள். “ஐயோ” என்று இடது புறம் சரிந்து மண்ணில் விழுந்தாள். தன் முயற்சி அத்தனையும் சேர்த்துக் குழந்தையை மார்போடு அணைத்துக்கொண்டு, குப்புறப் படுத்துக்கொண்டாள்.

முன்னோ பின்னோ நகரக் கொஞ்சம்கூட இடமில்லாமலிருந்தது. வரிசை சுத்தமாகக் கலைந்து குழுமியிருந்தது. கால்களை, இடுப்புக்குக் கீழே பலவித நிறங்களில் துணிகளை,

பாதங்களின் மிதிப்பை மட்டுமே லெச்சுமியால் பார்க்க முடிந்தது. உணர முடிந்தது.

போலீஸ் வந்து கும்பலைக் கலைத்து, லெச்சுமியை மீட்டு, அவளை எதிர்ப்புறம் இருந்த தூங்குமூஞ்சி மரத்தடியில்கொண்டு வந்து போட்டு, சோடா தெளித்து அவள் மயக்கத்தைப் போக்க வேண்டியிருந்தது. மயக்கத்திலும், அவள் உடும்புப்பிடியாகக் குழந்தையை மார்போடு அணைத்துக்கொண்டிருந்தாள். துணிக்கந்தையில் சுருட்டப் பட்டுக்கிடந்த குழந்தையை வெளியே எடுத்தாள் ஓர் அம்மாள். கை கால் துவண்டிருந்தது. குழந்தைக்கு தலை தொங்கியது. குழந்தை முக்கால் மணி நேரத்துக்கு முன்னாலேயே இறந்துவிட்டிருந்தது.

1984

வீடு

"*சா*ருக்கு எவ்வளவு தூரமோ...?"

என் எதிரில் புதுசாக வந்து உட்கார்ந்தவர்தான் கேட்டார். இடம் ஒரு பாஸஞ்சர் வண்டியின் பழைய பெட்டி. திருவண்ணாமலை ஸ்டேஷனில் வண்டி நின்றுகொண்டிருந்தது.

பெட்டியில் நானும் என் நண்பரும், நடுத்தர வயசுள்ள இரண்டு ஆண்களும், அந்தப் புதிய நபரும்தான் இருந்தோம்.

வெயில் ஏறிக்கொண்டிருக்கிற, அவ்வளவாகப் புழுக்கம் இல்லை. நான் அவருக்குப் பதில் சொன்னேன்

"வேலூர் வரைக்கும்..."

"நான் ரொம்ப தூரம் போகணும் சார்..." என்று கூறிக்கொண்டே மேலே சாமான்கள் வைக்கும் பலகையைப் பார்த்தார்.

வண்டி நகர ஆரம்பித்தது.

நான் அந்தப் புதியவரை நோட்டம் விட்டேன்.

ஒரு சாதாரண வெள்ளைச் சடையும் காக்கிப் பேன்ட்டும் அணிந்திருந்தார். ஆறடி உயரம். நன்றாக வளர்ந்த உடல் வயசுக்கு மீறி முதுமைகொண்ட முகம் 'ஷா' மாதிரி நெற்றி. நாலைந்து ஓடைகள் எனப் பிளவு. அடுக்கடுக்காக நேர்ந்த பல்வேறு அனுபவங்களே அதற்குக் காரணமாகவும் இருக்கக்கூடும்.

எனக்கு உற்சாகம் பிறந்தது. அவரோடு பேசவும் ஆசை எழுந்தது. பார்ப்பவரைப் பேசவைக்கும் முகம் அவருக்கு. அவருக்குமே அப்படி இருந்திருக்கலாம்...

"சாருக்கு ஆபீஸ் உத்யோகமா...?" அவர் கேட்டார்.

"இல்லை... வாத்தியார்..." நான் சொன்னேன்.

"டீச்சரா... நிம்மதியான உத்யோகம்தான். நேரத்துக்கு வேலை... நிறைய லீவு..." சிரித்துக்கொண்டே அவர் சொன்னார்.

நான் அதற்குப் பதில் சொல்லவில்லை. அவருக்கு மட்டுமென்ன? இந்த நாட்டில் ரொம்பப் பேர் அப்படித்தானே நினைத்துக்கொண்டிருக்கிறார்கள்.

நான் சிரித்து மழுப்பினேன். எங்களுக்குள் நல்ல சுமூகம் ஏற்பட்டது. அவர் ஒரு சிசர்ஸ் சிகரெட் பாக்கெட்டை எடுத்து என் முன் நீட்டி, "எடுத்துக்குங்க" என்றார்.

நான் அதை மறுத்து விட்டு, என் "சார்மினார்" ஒன்று எடுத்துப் பற்றவைத்துக்கொண்டேன்.

"நான் மிலிட்டிரியில் இருக்கேன் சார், ஸோல்ஜர்..." அவர் கூறினார்.

"அப்படியா... ரொம்ப சந்தோஷம்... என் மாமாகூட மிலிட்டிரியில் இருக்கிறவர்தான். எனக்கு மிலிட்ரி பீப்பில்ஸ் மேல ரொம்பவும் மதிப்பு உண்டு சார்..." என்றேன்.

ஏற்கனவே என் மாமா, அவன் பாணியில் இராணுவ வீரர்களின் தியாகங்களையும், துணிவையும் பல்வேறு நிகழ்ச்சிகளாகச் சித்தரித்திருந்தது எனக்கு நினைவில் வந்தது. இவை எல்லாம் பழங்காலக் காவிய நாயகர்களின் வீர தீரச் செயல்களைப்போலவே என்னுள் பதிந்து, இராணுவ வீரர்களையும் காவிய நாயகர்களாகவே நான் உருவகப்படுத்தி வைத்திருந்தேன். இந்த உணர்வையே நான் அவரிடம் எதிர் ஒலித்தேன்.

"எனக்கு இந்த வேல மேல மதிப்பும் இல்ல... பற்றும் இல்ல சார்... ஏதோ சேந்துட்டேன்... ஆச்சு... இருபத்து இரண்டு வருஷமாச்சு... இந்த வருஷத்தோட நான் வேலைய வுட்டுடப் போறேன்"

சலிப்புடன் சொல்லி நிறுத்தினார் அவர்.

“என்ன... இப்படி சொல்றானேன்னு பாக்கறீங்களா? சார்... நான் ஒண்ணும் இந்த நாட்டுக்குச் சேவை செய்யணும்னு இந்த வேலையிலே சேரல்லே...

ஊம்... இருவத்தைஞ்சி வருஷத்துக்கு முன்னால எனக்கு அப்போ பதினாறு வயசு இருக்கும்னு வச்சிக்குங்கோ. என்னோட தகப்பனார் இருந்தவரைக்கும் குடும்பம் எப்படியோ நடந்திச்சி. அவருக்கு பின்னால் நான் இருந்தேன். எனக்குன்னு அவரு ஒண்ணும் சேத்து வச்சுட்டுப் போயிடலே. எங்கம்மாவைத் தவிர...! என் கையிதான் எனக்குதவின்னு நான் தெரிஞ்சிக்கினதுக்கப்புறம் நான் வேலை தேட ஆரம்பிச்சேன் சார்... என் தகப்பனார் இருந்த வரைக்கும், வாழ்க்கைன்னா என்னான்னு எனக்குத் தெரியாது. என் குடும்பத்தை நான்தான் நிர்வகிக்கணும்னு வந்துட்டப்போதான் அது எவளோ சிரமம்னு எனக்கு தோணிச்சி. அப்போல்லாம் (தன் உடம்பைக் காட்டி) இதை விட ஸ்டராங்கா இருப்பேன். பகல் நேரமெல்லாம் எங்கேயாவது கூலி வேலை செய்வேன். விறகு பிளப்பேன். மண் சுமப்பேன். வண்டி ஓட்டுவேன். ராவாச்சுன்னா கெடச்சத எங்கம்மா கையில கொடுத்துட்டு, அவங்க போட்டதைத் துன்னுட்டு முடங்கிப் போயிடுவேன் சார்...”

இந்த இடத்தில் அவர் என்னவோ பற்றிச் சிந்திக்கிறார். தன் நெற்றியை அழுந்தத் தேய்த்துக் கொள்கிறார். ஜன்னலுக்கு வெளியே ரயிலோடு தொடர்ந்து ஓடிக்கொண்டிருக்கும் பச்சை வயல்களையும் மொட்டைப் பாறைகளையும் ஆழ்ந்து கவனிக்கிறார். புகைந்துகொண்டிருக்கும் சிகரெட்டின் சாம்பலை விரலால் தட்டிவிடுகிறார். சிவந்த நெருப்பை உற்று நோக்குகிறார். கொஞ்சம் இருமுகிறார். எழுந்து சென்று ஜன்னலில் வழியே துப்பிவிட்டு வந்து உட்காருகிறார்.

நானும் ஒரு சிகரெட்டை எடுத்துப் பற்ற வைத்துக்கொண்டேன்.

அவர் தொடர்ந்து பேசினார்.

“அப்போதெல்லாம் நாங்க இருந்த வீடு வீடே இல்ல சார்... அது ஒரு நரகம்... ஊர்ல உள்ள சாக்கடைங்கல்லாம் வந்து கூடற இடம் அது. அங்க இருந்த குடிசைங்கள்ல ஒரு குடிசை எங்களது. அங்க இருக்கிற எல்லா ஆம்பிளைகளும், ராவாச்சுன்னா பொம்புளைங்களும் அங்கதான் ‘வெளிக்குப்’ போவாங்க... அந்தச் சாக்கடைத் தண்ணியிலதான் ‘கால்’ அலம்புவாங்க... ராவெல்லாம் கொசு தூங்கவுடாது... எங்கெங்கிருக்கிற சொறி நாய்ங்கல்லாம்

எங்க வூட்டைச்சுத்தித்தான் கொலைச்சுக்கினு கிடக்கும். எல்லாப் பொறம்போக்கு பன்னிங்களுக்கும், எங்க வாசல்லதான் படுக்கை...

பகல்லேயெல்லாம் உழைச்சுட்டு வந்து, செத்த நேரம் நிம்மதியா படுக்கலாம்னா அதான் முடியாது சார். எப்படியாவது இதுக்கல்லாம் ஒரு முடிவு காணணும்னு ராவெல்லாம் யோசிச்சு யோசிச்சு தலையே கனத்துப் போயிடும் சார். எங்கேயாவது ஒரு நல்ல வேலைக்குப் போகணும், மாசம் பொறந்தா சம்பளம் வாங்கணும்... அஞ்சோ, பத்தோ ஒரு சுத்தமான தெருவுல, ஒரு சுத்தமான வூட்ல, குடியிருக்கணும்னு ஆசை சார் எனக்கு. எப்போ பார்த்தாலும் எனக்கு, ஒரு நல்ல வீட்டைப் பத்தின சிந்தனைதான் சார். தெருவுல போய்க் கிட்டே இருப்பேன், ஓர் அழகான ஊட்டைப் பாத்தா அப்படியே நின்னுடுவேன். இந்த வீட்டுல நாம இருந்தா? நாலுகை தாவாரமும், சுத்தமான ஒரு லெட்ரினும், வழுவழுப்பான கல்லு வச்ச குளிக்கிற ரூமும் நல்லா காத்து வர்ற மாதிரி ஒரு பெட்ரூமும் தெறந்த மெத்தையும்... எப்படி இருக்கும்.

வெயிலெல்லாம் சாஞ்சப்புறம், நிம்மதியா குளிச்சிட்டு ஈஸிசேரைக் கொண்டு வந்து அந்தக் குறட்டில போட்டுக்கிட்டு உக்காந்தம்னா எப்... ப்... டி... இருக்கும்? அங்க அடுப்பங்கரையில அம்மா அப்பளம் பொரிக்கிற 'சொர்ர்ர்' சத்தம் என் காதில விழணும். எறாவும், மீனும் வறுக்கிற வாசனை அங்கேருந்து எனக்கு வரணும். அதை மூக்கால இழுத்துவுட்டுட்டு 'என்னாம்மா... சாப்ட வரலாமா'ன்னு நான் இங்கேந்து கத்தணும். அதைக் கேட்டு அவங்க 'செத்த இரேன்டா... கழுதை... சாப்பாட்டு ராமன்டா நீ' அப்படீன்னு சொல்லணும்னு...

சாருக்குச் சிரிப்பா இருக்கும்... நான் அப்படித்தான் சார் நெனச்சேன்... நீங்க பெரிய விஷயங்களா நெனைப்பீங்க... எனக்கு இதுதான் சார் அப்போ பெரிசா இருந்துச்சி. இப்பவும் பெரிசா இருக்கு.

இதுக்காகத்தான் சார், நான் ஒரு நல்ல வேலையைத் தேடி அலைஞ்சேன். அப்போதான் நம்ம இராணுவத்தில் ஆள் சேக்குறதுக்கு சில ஆபீஸர்லாம் நம்ம ஊருக்கு வந்தாங்க. வேளை வேளைக்குச் சோறு போட்டு நல்ல சம்பளமும் தர்றதா சொன்னாங்க சார். நானும் நம்ம கஷ்டத்துக்கு விடிவு காலம் வந்துட்டுதுன்னு சொல்லி இராணுவத்தில் சேந்துட்டேன். எங்கெல்லாமோ அழைச்சுக்கிட்டு போனாங்க சார், முதல்ல. ஆரம்பத்தில சம்பளம்னு ஒன்னும் கெடைக்கல்ல. பின்னால

ஏதோ கொடுத்தாங்க. நான் எதிர்பார்த்ததை விடவும் கொஞ் சமான சம்பளந்தான். என்ன பண்றது சேந்தாச்சு. அதாவது தர்றாங்கலேன்னு நான் அதுல ஒரு தம்பிடிகூடத் தொடாமே எங்க அம்மாக்கு அனுப்பிச்சுடுவேன் சார். என்ன பண்ணுவியோ, எப்டி சாப்பிடுவியோ, நான் அனுப்பற பணத்தையெல்லாம் சிக்கனமா இருந்துகிட்டு சேத்துவையுன்னு அடிக்கடி எங்க அம்மாவுக்கு எழுதுவேன்.

அவங்க வயத்தைக் கட்டி, வாயைக் கட்டித்தான் சேத்து வச்சுக்கிட்டு வந்தாங்க.

சார்... நான் மிலிட்டிரியில் சேர்ந்த எட்டாவது வருஷந்தான் எங்க அம்மா செத்தாங்க. அவங்க செத்த சேதிகூட எனக்கு ஆறு மாசம் சென்றுதான் தெரியும். அப்போ எங்க 'குரூப்' பர்மா பார்டர்லே பெரிய காட்டுக் கிடையில இருந்துச்சு. லெட்டரோ மற்ற கரஸ்பான்டன்ஸோ எங்களுக்கு அவ்ளோ சீக்கிரம் கிடைக்காது. அவங்களுக்குக் கடைசியா கொள்ளி வைக்கக்கூட என்னாலே முடியல்லே. அது கெடக்கு...

என்னா கேட்டீங்க?... எனக்கு கல்யாணம் ஆச்சான்னா? அதுதான் சொல்ல வந்தேன். 1960லேதான் சார் எனக்கு கல்யாணம் ஆச்சு. ஒரு லீவில் வந்திருக்கப்போ, எங்க தூரத்துச் சொந்தத்துல ஒரு பொண்ணு இருக்கு. கட்டிக்கோன்னு தொந்தரவு பண்ணாங்க சார் எனக்குச் சொந்தக்காரங்கல்லாம்.

எனக்கும் அப்போ ஒரு 'பொண்ணு' தேவைப்பட்டதாத்தான் தோணிச்சு சார். சினிமாவுக்கோ, திருவிழாவுக்கோ நான் போற சமயத்திலேல்லாம் நெறைய பொண்ணுங்களைப் பக்கத்துல நின்று பாக்கவும், அவங்க வாசனையை முகர்றதுக்கும் எனக்கு 'சான்ஸ்' கெடச்சிருக்கு சார். அந்த மல்லிகைப் பூவோட வாசனையும், மொட மொடன்னு பெட்டியிலே பச்சைக் கல்பூரம் போட்டு திருவிழாக்குன்னு எடுத்துக் கட்டிக்கிட்டு வந்த போடவையோட வாசனையும், கசகசன்னு வேர்த்து அவங்க நெத்தியிலேயும் கழுத்து மடிப்பிலேயும் இருந்து வழியற வேர்வையோட வாசனையும் என்னை ரொம்பவும் மயக்கி இருந்துச்சி சார்.

எனக்கு உங்கிகட்ட என்னென்னவோ சொல்லணும்போல இருக்கு. தவறா நெனைச்சுக்காதீங்க சார்"

இந்த இடத்தில் அவர் பெட்டியைச் சுற்றி நோட்டம் விடுகிறார். எதிரே ஒரு நண்பர் ஆழ்ந்த உறக்கத்தில் இருக்கிறார். மூலையில்

ஒரு நாட்டுப் புறத்துக் கிழவி சுருண்டுப் படுத்துக்கொண்டிருந்தாள். அவர் தொடர்ந்தார்.

"கல்யாணம் ரொம்ப சிம்ப்பிளா கோயில்லே ஆச்சு சார். அவளுக்கு என் மனைவிக்கு அப்போ பதினைஞ்சு பதினாறுதான் இருக்கும். ரொம்பச் சின்னப் பொண்ணு. நின்னா என் இடுப்புக்குத்தான் வருவா."

இந்த இடத்தில் அவர் சற்று நிறுத்தி அந்த நாட்களை தம் நினைவுக்கு மீண்டும் கொண்டு வர முயன்றார். கடுமையான அவர் முகம் சற்று மென்மை அடைகிறது. நான் அவரை முதலில் பார்க்கும்போது கறுப்பாக இருந்த அவர் சிவப்பாக மாறிவிட்டாரோ எனக்குச் சந்தேகம் வந்தது. கண்களை அரையாக மூடிக்கொண்டார். இடது கை விரல்களால் தலைமயிரை மிக மென்மையாகக் கோதி விட்டுக்கொண்டார்.

"சார்... எங்க குடும்ப வாழ்க்கையைப் பத்தி இப்ப யோசனை பண்றப்போ, நான் ரொம்ப கொஞ்சமாத்தான் அதை அனுபவச்சிருக்கேன்னு தோணுது... வருஷத்துல ரெண்டு மாசம், மூணு மாசம் லீவில் வர்றதும் அவசர அவசரமா பிளாட்பாரத்தில் நின்னு பேசற மாதிரி பேசிட்டுப் பறக்கிறதுமா நான் வாழ்ந்திருக்கேன் சார். 'கேம்ப்'லேந்து வீடு வந்து சேர்றதுக்கு நாலு நாளும் திரும்பி போய்ச் சேர்றதுக்கு நாலு நாளுமா எட்டு நாளு ரயில்லியே போயிடும் சார். மீதி இருக்கிற கொஞ்ச நாளுக்குள்ளியே நாங்க அவசர அவசரமா வாழ்ந்துடணும் சார்.

அவளுக்கு என் சம்சாரத்துக்குத்தான் சந்தோஷம்னா, சிரிக்கிறதோ துக்கம்னா அழுது கொட்டறதோ கெடையாது சார். அவகிட்டே... பெட்டி படுக்கையோட லீவுன்னு சொல்லிட்டு ஒரு நாள் போய் அவ முன்னால் நிப்பேன். 'வாங்க'ன்னு அவ இயல்புக்கு மேலயே கொஞ்சம் சத்தம் போட்டுச் சொல்லுவா. அப்படியே ரெண்டு நிமிஷம் செலையாட்டம் நிப்பா. அவ்ளோதான். அடுத்த நிமிஷத்திலேந்து அப்படியே பம்பரமா ஆயிடுவா சார். நான் பேசறதுக்கு அவசியமே இருக்காது. நான் நெனைக்கிறதையே அவளும் நினைப்பாபோல இருக்கு.

ராவில் அவளும் நானும் ஒண்ணா சேர்ந்து படுத்திருக்கப்போ, அந்த என் கற்பனை வீட்டைப் பத்தின சிந்தனையே என் நெஞ்சை வந்து அடைச்சுக்கும் சார்.

பிரபஞ்சன் | 137

அந்தச் சின்ன சிம்னி வெளக்கு வெளிச்சத்திலே மேலே இருக்கிற கீத்தும், மஞ்சள் முழிங்களும், என் கண்ணில் படும். விரிஞ்ச ஆகாயமும், நட்சத்திரமும் என் கண்ணில் தெரிஞ் சா... எவ்ளோ சந்தோஷமா இருக்கும். ஒவ்வொரு சமயமும் இத அவகிட்ட நான் சொல்றப்போல்லாம் அவ ஒன்னும் பதிலே சொல்லமாட்டா சார். கொஞ்ச நாழி ஆனப்புறம் சூடா என்னமோ பொட்டுன்னு விழும். ஆமா... அழுவா, 'எதுக்குடீ அழற'ன்னா பாவி அதுக்கும் பதில் சொல்லமாட்டா சார்...

உம்... என்ன சொல்லிக்கிட்டு வந்தேன்... ஆ... இப்படித்தான் எப்பவும்... ஏதாவது ஆசைப்பட்டுக் கேட்டா வாங்கித் தரலாம்னா, கேட்டா, சும்மா சிரிச்சு மழுப்பிடுவா சார்... ஏம்மா உனக்கு ஆசையே கெடையாதான்னு ஒருநா கேட்டேன்... ஊகும்... எனக்கு ஆசை நீங்கதான்னுட்டா, நான் இன்னா சார் செய்யறது...

ஒவ்வொரு தடவையும் ஊருக்குப் போயி திரும்பறது பெரிய கொடுமை சார். நான் ஊருக்கு கிளம்பறன்னு ரெண்டு நாளுக்கு முன்னாலயே அவளுக்குத் தெரிஞ்சுடும் சார். அப்படியே சட்டுன்னு ஒடுங்கிடுவா. ஓடிக்கிட்டே இருக்கிற மெஷின் டக்குன்னு நின்னா எப்படி ஒரு காமா இருக்கும். அது மாதிரி... ஏண்டி அழணும்னா அழுது தொலையேன்னு சொன்னா அழவும் மாட்டா சார்.

ஆச்சு, எத்தனையோ மாமாங்கம் ஆனது மாதிரி தோணுது சார்... நான் ஊருக்குத் திரும்பிட்டேன்னா அவ ஒரு நெல்லு மிஷின்லே வேலை செய்யப் போயிடுவா. சாயந்தரமா திரும்பி வர்றபோது அரைப்படி ஒரு படின்னு ஏதாவது கூலியாக் கிடைக்கும். அத கொண்டு அவ வயித்தை அவ கழுவிக்கிறா. நான் அனுப்பற பணத்தையெல்லாம் சேத்து வச்சுக்கினே வந்திருக்கா சார்.

போன தடவை வந்திருக்கும்போது சொன்னா எனக்கே ஆச்சரியமா இருந்துச்சி சார்... ஏறக்குறைய ஆறாயிரம் சேர்ந்திருக்குது. எனக்கு சந்தோஷம் தாங்க முடியல சார்... அந்தப் பணக்காரி வெளுத்து, சாயம் போன, பல இடங்கல்ல ஒட்டுப் போட்ட பொடவையைக் கட்டிக்கிட்டு...

அந்தப் பணம் பூராவையும் அவளுக்கு பொடவையாவும் நகையாவும் செஞ்சுப் போட்டுடணும்னு எனக்குத் தோணுச்சி சார்.

ஒரு நல்ல நாளில், நானும் அவளும், கூட ரெண்டு ஆளை வச்சுக்கிட்டு இத்தனை வருஷமா நாங்க குடியிருந்த இடத்துக்கு

மேக்கால, நீங்க வரும்போது பாத்திங்கல்லே அந்தப் பாறைக்கு அடியிலேயே வேலையை ஆரம்பிச்சோம் சார்... அந்தப் பாறையை ஒடைச்சு சம நிலமா ஆக்கிறதுக்கே ரூபா ஒன்னாயிட்டுது சார். நானும் அவளும் வெளக்க வச்சுக்கிட்டு வேலை செஞ்ச்சுகினு இருப்போம்.

வெயிலா... மழையா... எந்த வெயில் எங்கள என்னா செஞ்சுட்டுது... எந்த மழை எங்கள அசைச்சுக்க முடிஞ்சுது ஒரே வெறி சார். ஒரே வெறியில வீடு எழும்பிச்சு சார்... கையில இருக்கிற காசெல்லாம் தீந்தப்புறம்கூட அங்க இங்க பொறட்டி ஒரு வழியா வீட்டைக் கட்டி முடுச்சுட்டோம் சார்."

"கடைசீல உங்க ஆசை நிறைவேறிப் போச்சில்லையா..." என்று எனக்கிருந்த மனத்திருப்தியோடு, ஆனந்தத்தோடும் நான் கேட்டேன்.

"இல்ல சார்... இல்ல..."

"ஏன்... ஏன்..."

"அந்த வீட்ட இடிக்கச் சொல்லிக் கவர்ன்மெண்ட் உத்தரவு போட்டிருக்கான் சார். இருபது வருஷமா என் உழைப்பையெல்லாம் கவர்ந்துக்கிட்டு என்னை எதுக்கும் உதவாத சக்கையாக் கிட்ட இந்தக் கவர்ன்மெண்ட் என் இரத்தத்திலேயும், வேர்வையிலேயும் கட்டின இந்த வீட்டை இடிக்க எனக்கு உத்தரவு போடறான் சார்..."

பொல பொலன்னு நீர் வழிந்தது அவர் கண்களில்.

"என்ன காரணம் சொல்றாங்க. அந்த வீட்டை இடிக்கச் சொல்லி..." நான் கேட்டேன்.

"அவங்க ரோடு போடப் போறாங்களாம். அவங்க போடற ரோடு என் வீட்டு மேலத்தான் போவணுமாம். எனக்கு முன்னாலியும் பின்னாலியும் எத்தனையோ பேர் வீடு கட்டித்தான் இருக்கான். அவங்களுக்கெல்லாம் அங்க ஆள் இருக்கு... எந்த கட்சி ஆட்சிக்கு வந்தாலும் அதுக்குத் தகுந்த மாதிரி சட்டை போட்டுக்கிறானுங்க... நாம ஏழைதானுங்க... நம்மளது அம்பலம் ஏறுமா...?"

"நஷ்ட ஈடு..."

"நஷ்ட ஈடா...? எந்த நஷ்டத்தை சார் இவன் பார்த்தான். எது நஷ்டம்னு இவனுக்குத் தெரியும்... எதை சார் இவனாலே புரிஞ்சுக்க முடியும்..."

“நீங்க உங்க ஆபீஸர்ஸ் மூலமா டிரை பண்ணிப் பாருங்ஙகளேன். உங்களுக்கெல்லாம் சலுகை இருக்கும் சார்...”

“எவன் சார் இதையெல்லாம் கவனிக்கிறேங்கிறான். இதை ஒரு பெரிய விஷயமா எடுத்துப் பேச, எவனும் தயாரா இல்ல... ஊர்ல பெரிய மனுசன்னு சொல்லிக்கிட்டு இருக்கிற அயோக்கியன் ஒருத்தன் தன் வீட்டு மேல நியாயமா போக வேண்டிய ரோட்டை என்னை மாதிரி பஞ்சைங்க, பராரிங்க மேல திருப்பி விடறான். அவனுக்கு இந்த நாட்டுல பாதுகாப்பு இருக்கு சார்...”

“என்னதான் முடிவு பண்ணி இருக்கீங்க...?”

“அதுக்குத்தான் போய்க்கிட்டிருக்கேன்... சேர்வீஸ் ராஜினாமா பண்ணிட்டு வரப்போறேன். இந்த நாட்லே அறுபது கோடி பேருங்க நிம்மதியா அவங்க அவங்க வூட்ல வாழணும்கிறதுக்காக இருபது வருஷம் வாழ்ந்திருக்கேன் சார்... ஆனா எனக்கொரு வீடு... ஆனா... நான் இத்த விட்டுறதா இல்ல சார்... நான் நியாயம் கேட்கத்தான் போறேன்; பாத்துடுவோம் ஒரு கை”

அவர் ஜன்னல் வழியாக வெளியே பார்த்தார்.

சூரியன் உச்சிக்கு வந்து விட்டிருந்தது.

1984

தர்மம்

அவரை நீங்கள் அறிவீர்கள்... அடிக்கடிப் பத்திரிகைகளில் பார்த்திருப்பீர்கள். இலக்கிய, கலாசார நிகழ்ச்சி மேடைகளில் இருப்பார்; குழந்தைகளுக்குச் சிரித்தபடி பரிசுகள் கொடுத்துக்கொண்டிருப்பார்; பேட்டிகளில் நிறைய பேசுவார்.

நான்கு நாட்கள் தொடர்ந்து பட்டினி கிடந்து. ஹாஸ்டலில் படித்து தேர்ச்சி பெற்ற விவரத்தை "டிவி"யில் அவர் சொன்னதைக் கேட்டுப் பலரும் வருந்தினர் என்பதும் யதார்த்தம்.

அவர் எழுதியதை நானும் பல பத்திரிகைகளில் வாசித்த அனுபவம் இருந்தது. பெரிய உத்தியோகம் வகிப்பவர்; என்றாலும், சாமானியர்களிடம் தாமே சென்று சிரித்துப் பேசுகிற எளிய மனிதர். அவரைப் பேட்டி காணச் சொல்லி, ஆசிரியர் சொன்னதும் எனக்கு மகிழ்ச்சியாகவே இருந்தது. உடனடியாக அவரைத் தொடர்புகொண்டேன்.

தொலைபேசியை அவரே எடுத்தார். பேட்டி என்றதும், பிகு பண்ணாமல் உடனே ஒப்புக் கொண்டார். அன்று மாலையே வீட்டுக்கு வரலாம் என்றார். அவர் வீடு நகருக்குச் சற்றுத் தள்ளி இருந்தது.

அவரே, தம் காரை அனுப்பி வைப்பதாகச் சொன்னார். என் சிரமத்தைக் குறைத்து விட்டமைக் காக அவருக்கு நான் நன்றி சொன்னேன்.

வர இருக்கும் பண்டிகைக்காக மலர் தயாரித்துக் கொண்டிருந்தோம். மலரின் விசேஷம்சமாக அவர்

பேட்டி இருக்க வேண்டும் என்று கருதினார் ஆசிரியர். "மாலை பேட்டியை முடித்து இரவே எழுதிக் காலைலே கையோடு கொண்டாப்பா" என்றார். "மறக்காமே, போட்டோகிராபரைக் கையோடு கூட்டிண்டு போயிடு" என்றும் சொன்னார்.

எங்களை வாசலில் வைத்து வரவேற்றார் அந்தப் பெரிய அதிகாரி. எளிமை. பளிச்சென்று இருந்தார். வெளியே லேசாக மாலை வெளிச்சம் பரவிக்கொண்டிருந்தது.

கூடத்து சோபாவில் எங்களை அமரச் சொன்னார். எங்களுக்கு எதிரில் அவரும் அமர்ந்துகொண்டார் சிநேகத்துடன்... "முதல்லே என்னவாவது சாப்பிடுங்க" என்றார். நாங்கள் "இருக்கட்டும்" என்றோம். எங்களுக்குப் பசிக்கவே செய்தது.

கொஞ்சம் பாயசம், வடைகள் வந்தன. நாங்கள் உண்டோம். பத்திரிகை ஆசிரியர் பற்றி, எங்கள் பத்திரிகை பற்றித் தம் கருத்துகளைச் சொன்னார். எல்லாம் கவுரவமான புகழ் மொழிகள். தன் பணியை ஆரம்பித்தார் போட்டோகிராபர்.

"உடையை மாற்றிக்கொள்ள வேண்டுமானால் சொல்லுங்கள், செய்யறேன்" என்று போட்டோகிராபரிடம் கூறினார். போட்டோகிராபர், இதை ரசித்திருக்க வேண்டும். பணிக்கு உதவிகரமாக இருப்பவரை எவரும் விரும்புவர்.

அவர் அனுமதி பெற்று நான் என் பணியைத் துவங்கினேன்.

"மழையை நம்பி வாழும், வளர்ச்சியேயுறாத மாவட்டத்தில் பிறந்தேன். எங்கள் பூமியும் வானம் பார்த்த பூமிதான். நான் என் பெற்றோருக்கு ஒரே வாரிசு. அப்பா விவசாயி, அவரிடம் ஒரே ஒரு சட்டை, வேஷ்டி மட்டுமே இருந்தது. கல்யாணம், கருமாதிகளில் அதை உடுத்துவார். மற்ற பொழுதுகளில் துண்டுதான்.

"அம்மா கூலி விவசாயி. அவர்கள் லட்சியம், என்னைப் படிக்க வைத்து கவர்ன்மென்ட் வேலைக்கு அனுப்புவது. அப்பாவின் கனவில், கவர்ன்மென்ட் வேலை என்பது, தாசில்தார். அலுவலகக் குமாஸ்தா; அம்மாவுக்கு, ஊருக்கு ஊசி குத்த வருகிறவர், பெரிய அதிகாரி.

"படித்தேன்; தினம் 20 கி. மீ. நடந்து போய் படித்தேன். கல்லூரி; அதன் பின் சர்வீஸ்; அகில இந்தியத் தேர்வு; அப்புறம், எப்படி எப்படியோ, இப்போ நான் உங்கள் முன்!"

திருமண வாழ்க்கை பற்றியும் சொன்னார். தோல்வியில்

முடிந்த வாழ்க்கையாம். பரஸ்பரம் மனிதப் புரிதல் இல்லை; மனித ஜீவியாகவே மதிக்கப்படவில்லை அவர். சதா சண்டைச் சச்சரவு. மனிதர்கள், சக மனிதர்களை ஏன் புரிந்து கொள்ள மறுக்கின்றனர்.

மனிதர் நோக மனிதர் பார்க்கும் கொடுமை எங்ஙனம் ஏற்படுகிறது?

அன்பு என்கிற பந்தத்தால் கட்டுவிக்கப்பட வேண்டிய சம்சாரம், ஏன் அதிகாரத்தில் நிலை பெற வேண்டும். மண்ணில் விண்ணைக் காண்போம் என்ற கவி வாக்கு பொய்யா?

வாழ்க்கை அவருக்கு, இது மாதிரி ஆயிரம் கேள்விகள் அளித்திருந்தது. அவர் சொன்ன ஒரு வார்த்தை எனக்கு மிகவும் பிடித்திருந்தது...

"நல்லவர்தான். இப்பவும் என் வாழ்க்கைத் துணையின் மேல் மரியாதை இருக்கிறது. ஏதோ, இனம் புரிந்து கொள்ள முடியாத உணர்வுகளால் உந்தப்பட்டு, மனநிலை தடுமாறிப் போனார். மனிதர்களைச் சந்தர்ப்பங்கள், மரபு, சூழ்நிலை, ஆழ்மனத்தில் தங்கிப் போன ஆசைகள் அல்லது குரோதங்கள் இவைதான் ஆட்டுவிக்கின்றன. மற்றபடி அவர் மிகவும் நல்லவர்!"

நான் மிகவும் கொடுமைக்காளானதாகச் சொல்லப்பட்ட நபரைப் பற்றி அவர் சொன்ன விதம், இழிவுபடுத்தாத பெரும் போக்கு என்னை மிகவும் ஈர்த்தது. மிக அதிகமான மன உளைச்சலுக்கு ஆளாகியிருந்தார்.

"இவ்வளவு கடுமையாகப் பாதிக்கப்பட்டிருக்கிறீர்கள். என்ன விதமான எதிர்வினை ஆற்றினீர்கள். எப்படி அந்த விஷச் சூழலில் இருந்து தப்பித்தீர்கள்?"

அவர் சிந்தனையில் ஆழ்ந்தார். பிறகு, தேர்ந்தெடுக்கப்பட்ட சொற்களால் சொல்லத் துவங்கினார்.

கொடுமைக்காரர்களுக்குச் சந்தோஷமே, கொடுமைப் படுத்தப் பட்ட நபர்கள் படும் துன்பத்தைக் காண்பதுதான். ஆனால், எதிராளியின் இன்பத்தைப் புரிந்து கொள்ளவும் தேவைப்படுகிறது.

"அதற்குக்கூடக் குறைந்தபட்சம் புரிதல் அவசியமாகிறது; அதுகூட அவரிடம் இல்லை. அதாவது அவரால் நான் பட்ட அவஸ்தைகளைப் புரிந்து சந்தோஷப்படும் அளவுக்குக்கூட அவருக்கு ஞானம் இல்லை; அதுதான் என் வருத்தம்!"

"சரி; எப்படி வெளி வந்தீர்கள்?"

"எனக்கு அழுத்தமா கடவுள் பக்தி உண்டு. அச்சமயம், நான் போகாத முறையிடாத கோயில் இல்லை; தெய்வம் இல்லை, தேவாரப் பாடல் பெற்ற சிவத்தலங்கள், பிரபந்தம் பெற்ற வைஷ்ணவத் தலங்கள், அதாவது ஆழ்வார்கள் மங்களாசாசனம் செய்த பதிகள் அனைத்துக்கும் போனேன். எனக்கல்ல; என் துணையின் மன அமைதிக்காக.

"அவரது காயம்பட்ட மனப்புண்ணை ஆற்று என்றுதான் வேண்டிக்கொண்டேன். ஒரு கட்டத்தில் இறைவன் எனக்கு எது உகந்தது என்பதைத் தீர்மானித்தார். கடவுளின் தீர்வு விவாகரத்து. சொர்க்கத்தில் அது தீர்மானிக்கப்பட்டது போலும்!"

கலங்கினார்; கண்ணில் இருந்து வழிந்தன, அவரது துயரங்கள். சட்டெனச் சுதாரித்துக்கொண்டார்.

"பிடித்த கவிஞர்?"

"பாரதி!"

பிடித்த எழுத்தாளர் என்று நான் கேட்டதற்குப் பொதுவாகப் பெரிய பத்திரிகைகளில் அதிகம் எழுதாத, எழுதியே இருக்காத பல பெயர்களைச் சொன்னார். "அன்புதான் உலகை வெல்லும்" என்றார்.

"உலகம் யுத்த களம். மொழிக்கு மொழி, நாட்டுக்கு நாடு இனத்துக்கு இனம் யுத்தம் நடக்கிறது. நன்மை தீமை, அறம், மதம், ஞானம் அறியாமைகளுக்குள் சதா யுத்தம் நடக்கிறது. இந்த யுத்தத்தில் வெற்றி பெறப் போவது அறம்; அறம்தான் அன்பு வயப்பட்டது" என்றார்.

அண்மைக் காலமாகத்தான் தூய சைவ உணவுக்கு மாறி விட்டதாகச் சொன்னார்.

பேட்டி, ஒரு வழியாக முடிவை நோக்கி வருவதாகத் தெரிந்தது. ஒரு மனிதனிடம் கேட்கக்கூடியதை அல்லது மற்றவர்களுக்குத் தெரிய வேண்டியதை எல்லாம் நான் கேட்டு முடித்திருந்தேன்.

வெளியே பெரும் பட்டாசுச் சப்தம்; மருட்டும் சத்தம். பட்டாசுகளுக்கு இத்தனைச் சப்தமா? எங்களை அதிரச் செய்தது.

"என் பையன்தான் பட்டாசு வெடிக்கிறான்!"

"என்ன பண்ணுகிறார்?"

"எம். எப். ஏ. பண்றான்!"

நாங்கள் வெளியே வந்தோம். வாசல்வரை அவரும் எங்களுடன் வந்தார். அவர் மகன் என்று நினைக்கத் தக்க இளைஞன், ஓர் அம்மாவுடன் பேசிக்கொண்டிருந்தவன் திரும்பி, அவரிடம் சொன்னான்.

"பட்டாசு வெடிக்க வேணாம்ன்னு சொல்லுது இந்தப் பொம்பிளை?"

அவள் பக்கம் திரும்பினார் அவர். அந்த அம்மாள், நடு வயதுக்காரராக, முகம் முழுக்கப் பதைப்புடன் இருந்தார்.

"என்ன?" என்று அந்த அம்மாவிடம் கேட்டார் அவர்.

"மகள் குழந்தை பெத்து வந்திருக்காங்க. குழந்தை பிறந்து நாலு நாள்தான் அச்சு. வெடிச் சப்தம், குழந்தையைத் தூக்கித் தூக்கிப் போடுது; அரண்டு அழுது. தயவு பண்ணி பட்டாசு வெடிக்காம இருந்தா நல்லதுண்ணு தம்பிக்கிட்ட சொல்லிக்கிட்டிருந்தேன். தயவு பண்ணுங்க!"

அந்த அம்மாள் அழுதுவிடுவாள்போல இருந்தது.

"உன் மக குழந்தைக்காக என் பிள்ளை பட்டாசு வெடிக்காமே இருந்துக்க முடியுமா? ஜன்னலை இறுக்கி மூடிக்க போ, போ!"

தளர்ந்து, எதிர்வீட்டுக்குச் சென்றாள் அந்த அம்மாள்.

நான் பேட்டியை எழுதிக் கொடுத்துவிட்டேன். முதலில், பட்டாசு வெடிக்க வேண்டாம் என்று கேட்டுக்கொண்ட அம்மாவிடம் துவங்கி, அவர் சொன்னதை எழுதித் தந்தேன். "அந்த தொடக்க நிகழ்ச்சி தேவைதானா?" என்ற ஆசிரியர் "அதுதான் அவரது சரியான பேட்டி" என்றேன்.

"அந்தப் பகுதியில்லாமல் பேட்டி வருவது பத்திரிகை தர்மம் அல்ல" என்றேன்.

"சரி" என்றார் ஆசிரியர்.

பேட்டி வந்திருந்தது. அவரது அழகிய வண்ணப் படங்களுடன் நான்கு முறை ஆடை மாற்றிப் போட்டோவுக்கு அவர் காட்சி தந்திருந்தார். நான் எழுதியதில் அந்த முதல் பகுதி இல்லாமல் அச்சாகியிருந்தது.

2002

பாலர்

தானு காலமாகிவிட்டதாக நண்பர் வந்து சொன்னார். நேற்று மதியம் வீட்டுக்குச் சோர்வாக வந்திருக்கிறார். சாயங்காலம் ஐந்து மணிக்கு வேலைக்காரம்மாள் வந்திருக்கிறாள். அப்போதும் தானு தூங்கிக் கொண்டிருந்தாராம். இடையில், எட்டு மணிபோல், ராமையர் கிளப்புக்குப் போய் ரெண்டு இட்லியும் காபியும் சாப்பிட்டிருக்கிறார். தெருவில் உலாவிக்கொண்டிருந்த வீட்டுக்காரர், தானுவிடம் "என்ன ஓய்! உம் அர்ஜுன் சிங்கம், கர்ஜிக்கும்னு சொன்னீர், மியாவ்னுகூட முனகக் காணமே..." என்று வம்புக்கு இழுத்தாராம். தானு சுரத்தில்லாமல் "ரொம்ப களைப்பா இருக்கு. நாளை பேசிக்குவோம்..." என்றபடி மாடிப்படி ஏறிப் போனாராம். மனுஷருக்கு என்ன வந்து விட்டது என்று அப்போதே நினைத்தாராம் வீட்டுக்காரர். விளைக்கை அணைத்துவிட்டுப் படுத்தாராம் தானு. பாய் உதறிப் போடும் சப்தம்கூடத் தனக்குக் கேட்டதாக வீட்டுக்காரர் சொல்கிறார். விடியற்காலை எட்டு, எட்டை ஆகியும் மாடிக் கதவு திறக்காததைக் கண்ட வீட்டுக்காரர் மாடி ஏறி (மாடி மொத்தம் முப்பத்திரண்டு படிகளைக்கொண்டது. வீட்டுக்காரர், கனபாரி உடம்புக்காரர். வயசு வேறு எழுபத்தியொன்று) கதவைத் தட்டி இருக்கிறார். ஓர் அரவத்தையும் காணோம். அரண்டு போன வீட்டுக்காரர் "யாரேனும் ஓடியாங்களேன்... விபரீதம் நடந்து போச்சு..." என்று அலறி இருக்கிறார். கதவு உடைக்கப்பட்டு, திபுதிபு என்று எல்லோரும்

உள்ளே நுழைந்திருக்கிறார்கள். என்ன சொல்வது? தானு படுத்துக்கொண்டிருந்தார். உறக்கத்திலேயே கூடு விட்டு ஆவி பறந்து போயிருந்தது. நண்பர்களும் உறவினர்கள் சிலரும் காவல்துறை, டாக்டர்கள் என்று எல்லோருக்கும் அழ வேண்டியதை அழுது, தானு என்கிற சடலத்தை வீட்டுக்குக்கொண்டு வந்து இருக்கிறார்கள். நேற்றிருந்தார். மேலே வீற்றிருந்தார். இன்று கட்டையாகப் படுத்துக் கிடக்கிறார்.

மூர்த்தியும் நண்பரும் தானுவைப் பார்க்கப் புறப்பட்டார்கள். வீட்டின் கீழ்ப்பகுதியில் பந்தல் நிழலில் பெஞ்சில் கிடத்தியிருந்தார்கள் தானுவை. நாற்பத்திரண்டு வயதில் இறந்த மனிதரைப் பார்க்கையில் மூர்த்தியின் மனம் சங்கடப்பட்டது. அவரிடம் இருந்து பிரிந்து போன மனைவி வரக்கூடும் என்று சொன்னார் வீட்டுக்காரர்.

எதிர்வீட்டு நிழலில் போட்டிருந்த நாற்காலி ஒன்றில் அமர்ந்தார் மூர்த்தி. தானு என்று நண்பர்களால் அழைக்கப்படும் தனசேகரனை முதலில் சந்தித்த அந்த நிகழ்ச்சி அவர் ஞாபகத்துக்குள் வந்தது. நண்பரின் தங்கை கல்யாணத்தில் வைத்து தானுவை முதலில் சந்தித்தார். விசித்திரம்தான். வாழ்க்கையின் அவிழ்க்க முடியாத முடிச்சு இது. திருமணத்தில் சந்திப்பதும், மரணத்தில் கடைசி முறை பார்ப்பதும் நண்பர், மூர்த்தியை தானுவுக்கு அறிமுகப்படுத்தியதும் தானு அட்டகாசமாகச் சொன்னது இன்றும் நினைவில் நிற்கிறது.

"தெரியுமே, சாரை எனக்கு நல்லாவே தெரியும். புரளப் புரள வேஷ்டியும் மல்லிப்பூ ஜிப்பாவுமா பத்திரிகை ஆபீசுக்கு சைக்கிள் ரிக்ஷாவில் போவாரே. நான் பலமுறை பார்த்திருக்கிறேன். தேசத்துக்க தெரியுமே இவரை. கேவலம் எனக்குத் தெரியாதா? சூரியனைத் தெரியாதவர்கள் இருப்பார்களோ? சூரியனுக்குத்தான் நம்மைத் தெரியாது"

தானு, மூர்த்தியின் கைகளை மெல்லிசாகப் பற்றிக்கொண்டு வார்த்தைகளை வாரி விட்டதில், தான் அந்த அளவு பிரபலஸ்தனா என்று மூர்த்திக்கே சந்தேகம் வந்து விட்டது. "நீங்கள் அதிகம் புகழ்கிறீர்கள்" என்று வெட்கப்பட்டுக்கொண்டு சொன்னார் மூர்த்தி. "வெட்கமாவது, வெங்காயமாவது, மலைகளுக்கு அதன் சக்தி தெரியாது. மோதியவனுக்கல்லவா தெரியும்" என்று விட்டு அலாராகச் சிரித்தார் தானு.

பிரபஞ்சன் | 147

கல்யாண ஜமக்காளத்தில் அமர்ந்திருந்த வேறு சிலர் இவர்களைக் கவனித்து, மூர்த்தியை விசேஷமாகப் பார்த்தார்கள். மூர்த்தி தலைகுனிந்துக்கொண்டார். ஆள் "அல்க்கா" பேர் வழியாக இருப்பாரோ என்கிற சம்சயம்கூட ஏற்பட்டது. ஆனால் அந்த வெள்ளைச் சிரிப்பு, புஷ்டியும், பாரியுமான கனத்த குழந்தை தொளதொள உடம்பு, சுண்ணாம்பை உலர்த்தித் தைத்த மாதிரி கதர்ச் சட்டை வேட்டி, தங்க பிரேம் போட்ட கண்ணாடி போன்றவை அந்த நினைப்பைத் தடுத்தது. சாப்பிடும்போதுதான் தானு வெளிப்பட்டார்.

"என்ன சாம்பார் இது?" என்று நண்பரைக் கேட்டார் தானு.

"ஏன், கத்தரிக்காய் சாம்பார்தான். மணக்குதே. நம் வெங்காச்சம் சமையல்தான். ஜில்லாவில், அவனுக்கு ஏது சார் நிகர்?"

"அது தெரியுது. இன்னிக்குப் போய் கத்தரி, வெண்டைன்னு பண்ணலாமோ? மாப்பிள்ளைக்கு முருங்கைக்காய் சாம்பார், முருங்கைக் கீரை கூட்டு, முருங்கப் பூ புட்டுன்னு, தானே பண்ணிப் போடணும்."

நண்பருக்கு இது விசித்திரமாகப் பட்டிருக்கும்போலும். வெள்ளையாக, "என்னத்துக்கு இத்தனை முருங்கை?" என்றார்.

"இங்க கொண்டு வாரும் காதை" என்றார். எனக்கும் தானுவுக்கும் நடுவாக நண்பர் தம் காதுகளைக்கொண்டு வந்தார்.

"என்ன ரகசியம் சொல்லப் போறீங்க தானு?"

"மாப்பிள்ளைக்கு முதல் இரவல்லவா? முருங்கக்காய்னா, கொஞ்சம் தெம்பா இருக்குமே"

"சே... போய்யா... இதுதான் உம்மகிட்டே..." என்றபடி நகர்ந்தார் நண்பர்.

மூர்த்திக்கு இது வேண்டாம்போல் இருந்தது. ஆனால், தானுவோ, மூர்த்தியின் காதுப்பக்கமாக நகர்ந்து "சார்... நாம் இதை சீரியசாக எடுத்துக்க வேண்டாமோ? முதல் இரவு, ஒருகால் சரியாக ஆகலைன்னு வெச்சுக்குவோம். என்ன ஆகும் வாழ்க்கை, யோசியுங்கோ... அதுக்கு மருந்து சொன்னா, இந்த மனுசன் எதுக்கு ஓடணும்? முருங்கையை லேசா நினைக்கலாமோ? அதுக்கு பிரம்ம விருட்சம்னு பேரு சார்... பிரும்மா என்ன பண்றார்? சிருஷ்டி பண்றார். அவர் உலகத்தை சிருஷ்டி பண்றார்.

மனுஷர், பிள்ளைகளை உற்பத்தி பண்ணறோம். சிருஷ்டிக்கு ரொம்ப பிரயோஜனமா இருக்கிறதாலே இதுக்கும் அந்த பெயர். முருங்கையை எவன் வெறுக்கிறானோ அவன் பிரும்மாவையே, பிரும்ம தத்துவத்தையே வெறுக்கிறவன்னுதான் அர்த்தம்...”

மூர்த்தி மோருக்கு முன்பே எழுந்து விட்டார்.

மனிதர்கள், லேசாகத் தட்டுப்படக்கூடியவர்களாக இருக்கிறார்கள். கை வைத்த இடத்தில் தட்டுப்படக்கூடிய டார்ச் லைட் மாதிரி அத்தனை வெளிப்படை இருந்தும் தானுவை மூர்த்தியால் விளக்கிக்கொள்ள முடியவில்லை. திருமணம் நடந்த மறுவாரம், காலையில் வந்து இருந்தார். ஒரு கூடை சிறு மலைப்பழம்கொண்டு வந்திருந்தார்.

“என்ன இது?” என்றார் மூர்த்தி.

“திண்டுக்கல் பக்கம் ஒரு உறவுக்காரர் கல்யாணம் போயிருந்தேன். பழம் ரொம்ப மலிவாகக் கிடைத்தது. உங்கள் ஞாபகம் வந்து வாங்கிட்டேன். பழம்னா பலம். சமஸ்கிருதத்திலே பலம்னே பழத்தைச் சொல்லுவாங்க. கூடையை உள்ளே எடுத்து வைக்கச் சொல்லுங்க...”

சற்றேறக்குறைய ஓர் உத்தரவு மாதிரியே இதைச் சொன்னார் தானு. அவரை அழைத்துக்கொண்டு மாடிக்கு வந்தார். மனசு உறுத்தியது மூர்த்திக்கு.

“என்னத்துக்கு செலவு?”

“கெக்கெக்கெ” என்று சிரித்தார் தானு. கொழுத்த உடம்பு குலுங்கியது. மார்புகள் திரண்டு, தனியாகக் குலுங்கின.

“என்ன செலவு, பிசாத்து செலவு. கழுதை காசு இன்னைக்கு வரும், நாளைக்குப் போகும். மனுஷா கிடைப்பாளோ, ஏதோ நிறைய கொடுக்கிறான், செலவு பண்றேன்...”

தானு அறையைச் சுற்றிக் கவனித்தார். புத்தகங்கள் நிறைய சுவரை அடைத்துக்கொண்டிருந்தன. எழுந்து அதன் அருகே சென்று நோட்டம் விட்டார்.

“அடடே... இந்தப் புத்தகம்கூட இருக்கிறதே...”

“எது?”

“செக்ஸ் சாமியார்னு சொல்லுவாங்களே, அவரோட புத்தகம்”

“அவர் செக்ஸ் சாமியார் இல்லை சார்... அவர் செக்சும் பேசி இருக்கிறார். நம்ம ஆளுகளுக்கு எப்படியோ, அப்படி அறிமுகம் ஆயிட்டார்.”

தானு, மூர்த்திக்கு முன் வந்து அமர்ந்தார்.

“தங்கபஸ்பம் சாப்பிட்டிருக்கிறீர்களா சார்?”

“இல்லை. என்னத்துக்கு அது?”

“அற்புதமான மருந்து சார் அது. வீரியத்தை கொடுக்கும். குதிரை சக்தி. அவ்வளவு பவர். ஆனா தங்கபஸ்பம்னு கடையில் விக்கிறதை வாங்கிடப்படாது. இதெல்லாம் தகரபஸ்பம். எனக்குத் தெரிந்த வைத்தியர் ஒருத்தர் இருக்கிறார், கண் இரண்டும் இல்லாத குருடர். அவர் கையாலே பண்ணித் தரணும். அதுக்குக் கொடுத்து வைச்சிருக்கணும் நீங்க. லேசில ஒத்துக்க மாட்டார். பண்ணித் தர்றேன்னு ஒத்துக்கிட்டார்னு வையுங்க, நீங்க அர்ஜுனன்தான் சார். அந்தக் காலத்துல ராஜாக்கள் இருநூறு, முன்னூறுன்னு பொண்டாட்டி வச்சுக்கிட்டு எப்படி சமாளிச்சாங்க. கேக்கறேன்? நம்மால, ஒன்றையே சமாளிக்க முடியல்லை! உங்களுக்கு ஸ்பெஷல் உயர்தர பஸ்பம் பண்ணித் தர்றேன்... அப்புறம் உங்க வீட்டு அம்மாளுக்குத்தான் அவஸ்தை...

“கெக்கெக்கெ” என்று சிரித்தார் தானு. மூர்த்திக்கும் பல விதமான பிரமைகள் வந்து சேர்ந்தன. அவர் மனைவிக்கு முன்னால், சமாளிக்க முடியாமல், நாணித் தலை கவிழ்ந்து நிற்கிற பரிதாப மூர்த்தி. தங்கபஸ்பம் சாப்பிட்டு, குதிரை மாதிரி கனைத்துக்கொண்டு பாய்ந்து ஓடுகிற மூர்த்தி.

சற்றேறக்குறைய அதே நேரம், மூர்த்தியின் மனைவி, தட்டில் இரண்டு டம்ளரில் காபி எடுத்துக்கொண்டு படி ஏறி வந்துகொண்டிருந்தாள். இப்படி இசகுபிசகான நேரமாக வந்து சேர்கிறாளே என்று இருந்தது மூர்த்திக்கு. அவசரமாக எழுந்து போய் காபியை வாங்கிக்கொண்டு, அவளை அனுப்பி விட்டு வந்து காபியைத் தானுவிக்கு தந்தார். காபிப் பருகிக்கொண்டே தானு சொன்னார்.

“தங்கபஸ்பம் சிங்கபஸ்பம்னு ஒரு பழமொழியே இருக்கு தெரியுமா? சிங்கம், காட்டுக்கு ராஜா. அது மாதிரி, நீங்க வீட்டுக்கு ராஜா ஆகிருவீங்க. வீரியம் பரம வைதுனம்னு பெரியவங்க சொல்லுவாங்க. அந்தக் காலத்துல காட்டுல சித்தர்கள் என்ன பண்ணிட்டுத் திரிஞ்சாங்க? லேகியம் சார். லேகியம் என்ன லேகியம். மேற்படி லேகியம்தான். லேகியத்தோட மகிமையைப் பற்றி அகத்தியரே சொல்லி இருக்கார் தெரியுமா?”

“தெரியாது”

“பார்யா சிலாக்யம், லேகியா சிலாக்யம்.”

“அப்படீன்னா?”

“லேகியம் எந்த அளவுக்கு சிலாக்கியமாக இருக்கிறதோ, அந்த அளவுக்கு தாம்பத்யம் சிலாக்கியமாக இருக்கும்.”

மூர்த்தி பஸ்பம், லேகியம் போன்ற எந்த வஸ்துவையும் பாவிப்பவர் இல்லை. தன் தாம்பத்யம் ஏதோ குறைபாடுடையதாக ஒரு மெல்லிசான எண்ணம் அவருக்கு ஏற்படுவதை அவரால் தவிர்க்க முடியவில்லை.

தானு நேரடியாக விஷயத்துக்கு வந்தார்.

“நீங்க என்ன உபயோகிக்கிறீங்க மூர்த்தி சார்?”

“உபயோகம்னா...”

“அதான் சார்... உங்களுக்கும் வயசு நாற்பதுக்கு இருக்குமே. இன்னும் லேகியம், பஸ்பம் சாப்பிடாமே எப்படி?”

மூர்த்தி வெட்கமாக சொன்னார்.

“நான் எதையும் உபயோகிக்கிறதில்லை...” என்றார் மென்று விழுங்கிக் கொண்டு.

தானு மூர்த்தியை நெருங்கி வந்தார். ரகசியம் பேசுவதுபோல் சொன்னார், கண்களைப் பார்த்தபடி.

இதுல வெட்கப்பட ஒன்றும் இல்லை சார். மரம்கூட வயசானா காய்ப்பை நிறுத்திடும் சார். மனுசனுக்கு என்ன கல்லுலயா ஆகி இருக்கு உடம்பு. தைரியமா சொல்லுங்க மூர்த்தி சார். சங்கடமா இருக்கில்லியா? இன்னும் கொஞ்சம் தெம்பு கூடினா நல்லா இருக்கும்னு நினைக்கிறீங்க இல்லையா? ஆமா, நீங்க நினைக்கிறீங்க. உங்க கண்ணைப் பார்த்தா எனக்குத் தெரியுதே. ஏதோ ஒரு வெறுமை. எதையோ பறிகொடுத்த உணர்வு, வாழ்க்கையிலே தோல்வி என்கிற பச்சாதாபம், எதையோ இழந்து போன மாதிரி தழதழப்பு எனக்குத் தெரியும் சார். நீங்க மேற்படி விஷயத்துல சந்தோஷமா இல்லை...”

மூர்த்தி “ஆம்” என்று சொல்கிற அளவுக்கு மெஸ்மரிசம் பண்ணப்பட்டார். சுதாரித்துக்கொண்டு தலையை வேகமாக அசைத்துக்கொண்டு மறுத்தார்.

தானுவைப் பற்றி முழுமையாக அறிந்து கொள்ளும் ஆவல் மூர்த்திக்கு இந்த நிகழ்ச்சிக்குப் பிறகு ஏற்பட்டது. நண்பரை அணுகினார். அவர் சொன்னார்.

தானு, லாரி புரோக்கராக இருக்கிறார். நல்ல வருமானம் ஒண்டிக்கட்டை, மனைவி இருந்தாள். கல்யாணத்துக்கு முன் அவள் யாரையோ காதலித்தாளாம். வற்புறுத்தி இவருக்குக் கல்யாணம் பண்ணி வைத்து விட்டார்களாம். முதலிரவின்போது அந்த விவகாரத்தை இவரிடம் சொல்லி அழுதாளாம். அந்தக் கணமே அவளை, அவள் விரும்பியபடி காதலனுடன் சேர்த்து வைத்து விட்டாராம். "தியாகி" என்றார் நண்பர். எல்லோரிடமும் ஒட்டிக்கொண்டு பழகுவார். அவ்வப்போது விபசாரிகள், வைப்பாட்டிகள் பழக்கம் உண்டாம். மற்றபடிக்கு நல்ல மனுசன் என்றார். மேலும் அந்த நண்பர். கதையைக் கேட்டதும் மூர்த்திக்கு பெருமூச்சு வந்தது.

"பாவம்" என்றார் மூர்த்தி.

"யார்? என்றார் நண்பர்.

"சந்தேகம் என்ன? நம் தானுதான்."

"எப்படிச் சொல்கிறீர்கள்? நான் அவர் மனைவி என்கிறேன்"

"அது எப்படி"

"இந்த மாதிரி தங்கபஸ்பமும் லேகியமும் தின்றுகொண்டு திரிகிற மனுஷனுக்கு வாழ்க்கைப் பட்டவள்... பாவம்தானே?"

நண்பர் சிரித்தார்.

தெரு இருட்டிவிட்டிருந்தது. குழந்தைகளின் டியூஷன் வாத்தியாரைப் பார்த்துச் சம்பளம் கொடுத்துவிட்டுத் திரும்பிக்கொண்டிருந்தார் மூர்த்தி. இருட்டை விலக்க முயற்சி பண்ணிக்கொண்டிருந்தன, எரிந்துகொண்டிருந்த ஒன்றிரண்டு நகரசபை விளக்குகள். நகரசபை விளக்குக்கே உரிய அழுகையுடன் அவை ஒளிர்ந்தன. உதவி கேட்டு வந்தவனைப் பார்த்துச் சிரிக்க மறுக்கும் கருமிகள் போன்று விளக்குக் கம்பத்தின் கீழே நின்றிருந்த தானுவை, மூர்த்தி கவனிக்க நியாயம் இல்லை.

"மூர்த்தி சார்... வாங்க இப்படி?" என்ற குரலைக் கேட்டுத் திரும்பினார், மூர்த்தி. தானுதான்.

"எங்க இப்படி?" என்றபடி அவரை நெருங்கிய மூர்த்தி தொடர்ந்தார்.

"காலைலே பலாப்பழம்கொண்டு வந்து கொடுத்தீர்களாமே எதுக்கு சார், செலவுதானே?"

வாரம் ஒரு முறையாவது இந்தத் திறையை, தானு செலுத்திக்கொண்டுதான் இருந்தார். குடமிளகாய் கொண்டு வருவார், கும்பகோணம் போய் வந்தேன் என்று, நேந்திரம் சிப்சும் செவ்வாழையும் வாங்கி வருவார், நாகர்கோயில் போய் வந்தேன் என்று. நிறைய காய்கறிகள் வாங்கி வருவார், பெங்களூர் போய் வந்தேன் என்று. மூர்த்தி இதைத் தொந்தரவாக உணர்ந்தார். காலை, வீட்டில் அவர் இல்லாமல் இருந்த வேளை பலாப்பழம்கொண்டு வந்து கொடுத்தார்.

"என்ன பிசாத்துச் செலவு, ஒரு பலாப்பழம்" என்றவர் "தண்டலம்கொண்டை முடி சாமியைத் தெரியுமா?" என்றார்

"தெரியாதே, என்ன விசேஷம்?"

"அஸ்வகந்தி லேகியம் பண்ணறதிலே அவர் மகான். அவரு கண்டுபிடிச்ச வழியில்தான் எல்லாப் பயலும் சிட்டுக்குருவி லேகியம் பண்ணுகிறான்கள்"

"சிட்டுக்குருவி லேகியமா?" என்று கண்களை விரித்தார் மூர்த்தி.

"ஆமா சார். சிட்டுக் குருவிகள்தான். மேற்படி விவகாரத்துல மன்னாதி மன்னன். தெரியுமோ அதை ஒரு மண்டலம் நாற்பத்து எட்டு நாள் சாப்பிட்டுப் பாருங்க. அதன் சக்தி அப்போதுதான் உங்களுக்குத் தெரியும். தெரியாத்தனமா அதை இரண்டு வருஷம் தின்னப்போயி, ரொம்ப அவஸ்தையாப் போச்சு."

"என்ன ஆச்சு?"

"எவளும் வரமாட்டேன்னுட்டா சாமி. உன் சங்காத்தமே வேணாம்னு சொல்லிட்டாளுக பாருங்க... பாரதியார்கூட..."

"யார் யார்?"

"அதான் சார், கவிஞர் பாரதியார்தான். என்ன சொன்னார்? விட்டுச் சிறகடிப்பாய்... அந்தச் சிட்டுக் குருவியைப்போலன்னு சொல்லலியா?"

"ஆமாம்... ஆனா, அதுக்கும் இதுக்கும்..."

"சிட்டுக்குருவியை எதுக்குச் சொன்னார்? கோழியை எதுக்குச் சொல்லலை? அதான் விஷயம் புரிஞ்சுக்கணும். என்ன படிக்கிறீங்க?":

மூர்த்தி சுற்றும் முற்றும் பார்த்தார். யாரும் இல்லை.

"தண்டலம்கொண்டை முடி சுவாமின்னு சொன்னீங்களே"

"அந்த மகானுடைய பாட்டு ஒண்ணு சொல்றேன் கேளுங்க..." என்றவர், கண்ணை மூடிக்கொண்டு நின்றார். யோசிக்கிறாராம். பிறகு, மந்தகாசமான முகத் தோற்றத்தோடு சொன்னார்.

"அந்திபோல், மந்திபோல் வாழக் கற்பாய்
அரிய ஒற்றைப் பூவாலே அகிலம் வெல்வாய்!
சந்தனம்போல் அரைத்துவிடு, பூண்டு தன்னை
சக்கையெனப் போக்கிவிடு; குரங்கைப் பற்றி
பசுமேலே போர்த்திவிடு; பாம்பைச் சுற்றி
பசும்புருஷன் பொடிபோல ஆக்கிப் போட்டு
பட்டாடை கட்டிவிடு; பரிவட்டம்போல்
பச்சோந்தி ஆயீடும்பார் பெருங்காயம்தான்..."

"அடடா... என்ன வாக்கு, என்ன க்யானம், காசு புசண்டர் வாக்கு மாதிரி இல்லை?"

"காசு புசண்டர் யாரு சார்?"

"என்னது காசு புசண்டரைத் தெரியாதா? என்ன மனுசர் சார் நீங்க? காசுப்புசண்டர் தம்பி காசுவாசிஷ்டரின் அண்ணன். இந்த மூன்று பேரும்தான் மேற்படி மருந்து வகையறாக்களுக்குத் தந்தை சுவாமி."

"எனக்கு யாரையுமே தெரியாது தானு. பாட்டு சொன்னீங்களே, அதுக்கு என்ன அர்த்தம்?"

"அப்படிக் கேளுங்க. ஓரிதழ் தாமரைன்னு மகாபத்ரம் ஒன்று இருக்கு. சாட்சாத் பார்வதி தேவி, அதைத் தைலம் பண்ணி, தெனமும் தலையில் அரச்சிக் குளிக்கிறதா தாத்பர்யம். அந்த ஓரிதழ் தாமரையை எப்படிப் புடம் போடறதுன்னு சொல்லுது ரிஷி! அந்தின்னா, காலையும் இரவும் கூடுற நேரம். அது மாதிரி, ஆணும் பெண்ணும் ஒருத்தர் கிட்டே ஒருத்தர் கரைஞ்சிடணும்னு சொல்லுது ரிஷி. மந்திபோல்னா, குரங்குப் பிடி, பிடிச்சா விடாது குரங்கு. தாம்பத்யத்தையும் அது மாதிரிப் பிடிச்சுக்க! அந்தப் பூவை சந்தனம் மாதிரி அரை! பூண்டுன்னா, கரை கடந்தான் இலை. அதையும் சேர்த்து அரைச்சிடு. குரங்குன்னா முகமுசுக்கை இலைன்னு அர்த்தம். அதையும் சேர்த்துக்க. பசுன்னா, பசுஞ் சாணம் மற்றும் கோமூத்திரம், அதைக் கோமியம்னு சொல்றது

வழக்கு. பாம்புன்னா பசலைக் கொடி. பட்டுத் துணியில வேடு கட்டு, பச்சோந்தி மாதிரி. புது மனுஷனாயிடுவேன்னு சொல்றார் ரிஷி!

"அடடே... இவ்வளவு விஷயம் இருக்கா என்ன?" பாவம், செய்கிறவனைக் கண்டு மகான்கள் சிரிப்பது மாதிரி, மூர்த்தியை இரக்கம் தோன்ற பார்த்தார் தானு.

"தெனமும் சிவன் கோயில்லே எதைக் கும்பிடறீங்களோ, அது முக்கியம்னு ஏன் உங்களுக்குத் தோன்றலை சுவாமி?"

மூர்த்தி பிரமித்து நின்றார். அவ்வாறு மூர்த்தி நின்றதைச் சற்றுக் கணக்கெடுத்துக்கொள்ளாதவர் போன்று தானு தொடர்ந்தார்...

"கிட்டே.... வாங்கோ... ரொம்ப முக்கிய சமாசாரம்..." என்றவர், தங்கள் தனிமையை உறுதிப்படுத்திக்கொண்டு சொன்னார்

"நம்ம கேசவன் சார்... அதான்யா ஆர். டி. ஓ கேசவன், அந்த ஆள் ஒரு நாள் எங்கிட்ட வந்து, 'ஓ'ன்னு அழுதான். ஆசை இருக்கு மனசுக்குள்ளே. ஆனா முடியல்லை. இத்தனைக்கும் வயசு என்னமோ முப்பத்தி நாலுதான். கம்பராமாயணம் படிச்சிருப்பீங்களே... எடுத்தது கண்டார், இற்றது கேட்டார்னு... அதான் பிரச்சினை... பாவம் மனுசன் பயந்துட்டார். என்னண்டை வந்தார். சே... "இதுக்குப் போயி அழலாமா ஓய்னு" சொல்லி, உள்ளுக்கு ஜிகிர் தண்டா லேகியமும் மேலுக்கு தவளைக்கால் மசாலையும் கொடுத்து, ஒரு மண்டலம் பாவிக்கச் சொன்னேன். சரியா ஏழாம் நாள், மனுஷன் ஓடியாந்து என் கையைப் பிடிச்சுக்கிட்டு இது கையில்லை, காலுன்னு சொல்றான். ஏதோ இமயமலை உச்சியைப் பார்த்துட்ட டென்சிங் மாதிரி என்ன சந்தோஷம்கிறீங்க... வாயெல்லும் அறுபத்து நாலு பல்லு..."

விஷவேளை என்பார்களே, அது இதுதான் போலும். ரொம்ப நாளாக உறுத்திக்கொண்டிருந்த பிரச்சினையை ரொம்பவும் தாழ்ந்த குரலில் சொல்லத் தொடங்கினார்.

"தானு சார்... எனக்கும்கூட பிரச்னைதான்... என்னன்னா..."

தானுவின் காதண்டை.... தன் பிரச்சினையை விவரித்தார் மூர்த்தி. இருட்டு சாதகமாக இருந்தது.

அனைத்தையும் சாவதானமாகக் கேட்டுக்கொண்டு இருந்து விட்டு "பூ... இவ்வளவு தானா... இந்த மாதிரி எனக்கும் இருந்துதே...

என் முப்பதாவது வயசில... நம்ம மாலாதான் எனக்கு குரு. அதான் சார் திருப்போரூர் மாலா... சொர்ணமாலா. அவதான் எனக்கு ஒரு கம்ப சூத்திரம் சொல்லிக் கொடுத்தா... அவள் என் குரு! பெருங்காயம் இருக்கில்லையா, அத்தோட ஆடாதொடை அரளிப்பூ அங்காணித் தண்டு இன்னும் சிலதுகளைச் சேர்த்து, லேகியம் பண்ணித் தந்தா... ஒண்ணு ரெண்டு ஆசனமும் பழகினா நல்லது... அவளையே பிரமிக்க அடிச்சுட்டேன்னா பார்த்துக்குங்க. கவலையே வேணாம்... நான் மருந்து பண்ணித் தர்றேன்..."

"மருந்துகூட செய்வீங்களா என்ன?"

"ரொம்ப வேண்டப்பட்ட மனுஷாளுக்கு மட்டும்... என்ன பண்றது சினேகிதம் முக்கியம் இல்லையோ..."

மூர்த்தி சந்தோஷத்துடன் விடை பெற்றார். நிம்மதியாகச் சாப்பிட்டார். பால்கனியில் அமர்ந்துகொண்டு நிலாவைப் பார்த்துக்கொண்டிருக்கையில் தானு சொன்ன கேசவன் விவகாரம் ஞாபகத்துக்கு வந்தது. ஐயோ பாவம் என்று இருந்தது. கூடவே இன்னொரு யோசனையும் ஓடியது. கேசவனைப் பற்றி தானு தம்மிடம் சொன்னதுபோல, தன் பிரச்சினை பற்றி தானு மற்றவர்களுடன் பேசமாட்டர் என்பதுக்கு என்ன தடை? விதிர்விதிர்த்துப் போனார் மூர்த்தி. அந்தக் குளிரிலும் அவருக்கு வியர்த்தது.

"பாவி கெடுத்துட்டானே" என்று தமக்குள் சொல்லிக்கொண்டார். தன் புத்தி ஈனத்துக்காக வருந்தினார். இந்த "சோட்டாப்" பயலிடம் போய் அதைச் சொல்லியிருக்க வேண்டுமா என்று தம்மையே நொந்துக்கொண்டார். பலவிதமான சித்திரங்கள் அவர் மனசுக்குள் ஓடின.

தானு, மூர்த்தியின் நண்பர்களிடம் எல்லாம் இதைத் தண்டோரா போடுகிறார். எல்லோரும் அவரைப் பாவம்போல் பார்க்கிறார்கள். அவர் முதுகுக்குப் பின்னால், வாழ்க்கை இழந்தவன் போகிறான் பார் என்கிறார்கள். "சின்ன வயசில் தெரிந்தோ தெரியாமலோ அறிந்தோ அறியாமலோ செய்த சில கெட்ட செய்கைகளினால் இன்று தவிக்கிறீர்களா? இரவிலே வீடு திரும்ப அச்சமா? உயர் தரம், மிக உயர் தரம், ஸ்பெஷல் மருந்துகளைச் சாப்பிடுங்கள். நீங்கள் மனிதர்களாக இருக்கமாட்டீர்கள். அசல் குதிரைகளாகவே மாறி விடுவீர்கள்" என்று வருகிற விளம்பர டாக்டர்களிடம் போகிற ஆள் என்று இளக்காரமாகப் பேசுகிறார்கள்.

இரவில் அவருக்கு உறக்கம் வரவில்லை. அரைத் தூக்கம், அரை விழிப்பு என்று அவஸ்தைப்பட்டார். அரைத் தூக்கத்திலும் அரைக் கனவிலும் வந்தன. காசுபுசுண்டர் வந்தார். குதிரைகள் கனைத்துக்கொண்டு ஓடுகின்றன. உலகமே மூர்த்தியைக் கைகொட்டிச் சிரிக்கிறது.

சொல்லி வைத்தாற்போல மறுநாளே மூர்த்தி, தானுவைச் சந்தித்தார். அந்த நேரம் தானு, சீனா என்கிற நண்பருடன் ராமையர் கிளப்புக்கு வெளியே நின்றுகொண்டு, வெற்றிலை போட்டபடி மகா உற்சாகத்துடன் பேசிக்கொண்டிருந்தார். மூர்த்தியைப் பார்த்ததும் தானு "வாங்கோ... மூர்த்தி சார்... நான் அடுத்த வாரம் வருகிறேன். மேற்படி விவகாரத்தோட வர்றேன்..." என்றார். சுருக்கென்றது மூர்த்திக்கு. மனம் ஒட்டாமல் அவர்களுடன் அவன் பேசிக்கொண்டு நின்றார். சீக்கிரம் விடை பெற வேண்டும் என்கிற எண்ணத்துடன் வெகு நேரம் பேசிக்கொண்டு நின்றார். புறப்படும்போது சீனு மூர்த்தியிடம் கேட்டார்.

"என்ன ஒரு மாதிரியா இருக்கீங்க?"

"அதெல்லாம் ஒன்றும் இல்லை. நல்லாத்தானே இருக்கேன்"

"இல்லை. ஏதோ ஒரு மாறுதல் தெரியுது. கண்ணுக்குக் கீழே கருவளையம். உறக்கம் வராதவர் மாதிரி இருக்கீங்க. உடம்பை பார்த்துக்கிடுங்க சார்..."

மூர்த்தி அவர்கள் பார்வையில் இருந்து அதி சீக்கிரம் மறைய வேண்டி, வேகம் வேகமாக நடந்தார். சீனுவிடம் தன் பிரச்சினையை தானு சொல்லி இருப்பார் என்று மூர்த்தி நினைத்துக்கொண்டார். இல்லையென்றால் தன் உடம்பைப் பற்றி சீனு பேசுவானேன்? அயோக்கிய ராஸ்கல், இனி இந்தப் பாவி முகத்தில் விழிப்பதில்லை என்று அந்தக் கணமே சங்கல்பம் செய்துகொண்டார்.

நண்பர் மகனுக்குக் காது குத்து விழா நடந்தது. மூர்த்தி போயிருந்தார். தயக்கத்துடன்தான் போனார். அங்கே தானு வருவாரே என்கிற தயக்கம் இருந்தது அவருக்கு. ஆனாலும் போனார். எதிர்பார்த்தாற்போல தானுவே அவரை அட்டகாசமாக வரவேற்றார்.

"என்ன மூர்த்தி சார்... தாமதம். நான் ஆறுமணிக்கே வந்துட்டேன். என்ன, என்னமோ மாதிரி இருக்கீங்க? மேற்படி

சமாசாரம்தானே. விஷயத்தை என் தோளிலே இறக்கிட்டீங்க. அப்புறம் என்னத்துக்குக் கவலை?"

பக்கத்தில் இருந்தவர்கள் மூர்த்தியைத் திரும்பிப் பார்த்துச் சிரித்தார்கள். சாதாரணமான சிரிப்புதான். மூர்த்தி, அதுக்காகத்தான் சிரிப்பதாக நினைத்துக்கொண்டார்.

"தானு... இப்படி வாங்க..."

இருவரும் தூரமாக இருந்த புளி மரத்தடிக்கு வந்தார்கள். இருட்டு சௌகர்யமாக இருந்தது. மூர்த்தி சொன்னார்.

"நான்... ஏதோ ஒரு பலவீனமான தருணத்தில் நான் என் பிரச்சினையை உம்ம கிட்டே சொல்லிட்டேன். அதை எத்தனை பேர்கிட்டே சொல்லியிருக்கீர்"

"சேச்சே மூர்த்தி சார்... நான் அப்படியாகக்கொண்ட ஆள் இல்லை. சத்தியமா சொல்றேன்"

"பின்னே அந்த சீனு உடம்பை பத்திரமாக பார்த்துக்கச் சொன்னது, என்னத்துக்கு?"

"காக்கை உக்காரப் பனம்பழம் விழுந்த கதை"

"எனக்குத் தோன்றுது, கேசவன் விஷயத்தை என்னண்டை சொன்னது மாதிரி, என் விஷயத்தை மற்றவங்க கிட்ட சொல்லி இருக்க மாட்டீங்கன்னு நான் எப்படி நம்பறது?"

"சத்தியமா... உட்டேன்... உட்டேன்... சொன்னது இல்லை மூர்த்தி சார்."

மௌனம் நிலவியது. இருட்டு மேலும் இருண்டுகொண்டு வருவதாகத் தோன்றியது மூர்த்திக்கு. தானு சொன்னார்.

"மருந்து தயாராயிட்டது. நாளைக்கு வீட்டுக்கு வர்றேன்."

"வேணாம் வீட்டுக்கு வர வேணாம்"

"வீட்டுல இருக்க மாட்டீங்களாக்கும். அதனால என்ன, உங்க சம்சாரத்துக்கிட்டே கொடுத்திடறேன்."

"வேணாம். வீட்டுக்கே வர வேணாம்"

"அப்போ, நீங்க லாரி ஷெட்டுக்கு வாங்களேன்"

"வேணாம், இனி நாம் சந்திக்கவே வேணாம்"

"சார்"

"ஆமா, உம்ம கிட்ட பேசவே எனக்குப் பிடிக்கலை... வேணாம் உம்ம உறவே வேணாம்..."

இருட்டு, மேலும் இருகிக்கொண்டிருந்தது. நண்பர் வீட்டில் கூட்டம் அதிகமாகிக்கொண்டிருந்தது.

"சார்... மூர்த்தி சார்..."

"என்ன?"

"என்னைத் தப்பா நினைச்சுட்டீங்க... நான்... நான்..."

"வேணாம். நீங்க ஒன்றும் சொல்ல வேணாம். எனக்கு உங்களைப் பிடிக்கல்லை..."

தானுவைப் பார்த்தார் மூர்த்தி. அந்த இருட்டிலும் அவர் கண்கள் கலங்கியது தெரிந்தது.

"மூர்த்தி சார்... நான் உங்களை நல்ல சினேகிதரா இப்பவும் என்னைக்கும் நினைச்சுக்கிட்டிருப்பேன்... சார்... நான் ஒரு ஆம்பிளையே இல்லை சார்... நான்... ஒரு ரெண்டுங்கெட்டான்... அதனாலதான் என் பெண்டாட்டி எங்கிட்டேர்ந்து ஓடிப் போயிட்டா... நான்... நான்தான் அப்படி ஆயிட்டேன்... என் சினேகிதர்கள் சந்தோஷமா இருக்கணும்னுதான்..."

தானு சொல்வதை முழுக்க மூர்த்தியால் வாங்கிக்கொள்ள முடியவில்லை. லேசாகப் புரிந்துகொள்ளத் தொடங்கிய நேரம், மனம் அதிர்ந்தது. என்ன பாவம் இது... மூர்த்தி சுதாரித்துக்கொண்டு நிலைப்படுகையில் தானு போய்விட்டிருந்தார்.

தானுவின் ஊர்வலம் புறப்பட்டது.

மனம் கனக்க தானுவைப்பின் தொடர்ந்தார் மூர்த்தி. எதிர் பார்த்த மாதிரி மனைவி வரவில்லை. ஏராளமான பேர் இறுதி ஊர்வலத்தில் திரண்டிருந்தனர்.

அருகில் நடந்து வந்த நண்பர் மூர்த்தியிடம் சொன்னார்.

"என்ன மாதிரி வாழ்ந்தார்... சதா சந்தோஷப் பிரகிருதி. எத்தனை பெண்கள், எத்தனை குஷாலான வாழ்க்கை, பாவம். சின்ன வயசில் துர்மரணம்" என்ற நண்பரைப் பார்த்து 'ஆம்' என்று தலையசைத்தார் மூர்த்தி.

1995